લગ્ન

મિહિર જાગૃતિ વોરા

આ પુસ્તક હું મારા માતા પિતા , મોટા ભાઈ ભાભી અને નાની પ્રિય ભત્રીજી ને અર્પણ કરું છું .

સામગ્રી

પ્રસ્તાવના   vii

સ્વીકૃતિઓ   ix

અનુક્રમણિકા   xi

1. ભારતીય લગ્ન પરંપરા નિબંધ   1

પ્રસ્તાવના

આ પુસ્તક માં મારા આજકાલ દૈનિક માં આવેલા મારી કોલમ એક નઝર ના લેખ છે. ૨૦૦૫ થી ૨૦૧૮ સુધી મારા લેખ આ કોલમ માં આવ્યા હતા.

સ્વીકૃતિઓ

આ પુસ્તક માં મારા આજકાલ દૈનિક માં આવેલા મારી કોલમ એક નઝર ના લેખ છે આ માટે હું આજકાલ દૈનિક ના મેનેજમેન્ટ , તંત્રી , ટ્રસ્ટી અને તમામ પત્રકાર અને સ્ટાફ નો આભાર માનું છું . ૨૦૦૫ થી ૨૦૧૮ સુધી મારા લેખ આ કોલમ માં આવ્યા હતા.

આ પુસ્તક માટે में વિવિધ લેખ આધારિત માહિતી વિકિપીડિયા , લેખ ને લાગતા આવેલા વિવિધ અખબારી અહેવાલ અને જે તે લેખક ના લેખ ના સંદર્ભો નો સહારો લીધો છે તે સૌ નો હું આભાર માનું છું .

અનુક્રમણિકા

- ભારતીય લગ્ન પરંપરા નિબંધ

1
ભારતીય લગ્ન પરંપરા નિબંધ

મિત્રો આ પુસ્તક માં મેં ઈન્ટરનેટ અને વિકિપીડિયા અને વિવિધ અખબારી અહેવાલ માંથી માત્ર માહિતી આપી છે .આમાં એક પણ શબ્દ મારો નથી જેની નોંધ લેજો , આ માહિતી સાચી છે કે ખોટી તેની તપાસ કરજો અને પછીજ વાસ્વિકતા સ્વીકારજો .

આ તો માત્ર ઈન્ટરનેટ દુનિયામાંથી સીધી લીઘેલી માહિતી છે જે સાચી કે ખોટી છે તેનું કોઈ પણ જાતનું સમર્થન આ પુસ્તક કે લેખક કરતા નથી જેની નોંધ લેજો .

હિંદુ ધર્મના સોળ સંસ્કારમાંનો એક મહત્વનો હિંદુ સંસ્કાર. હિંદુ ધર્મમાં લગ્ન સ્ત્રી અને પુરુષને એકસાથે રહી, એક બની સંસારયાત્રા કરવાની માન્યતા આપે છે.

વિશ્વભરના દરેક સમાજમાં પુરુષ અને સ્ત્રીના સહજીવનની શરુઆતની વિધિને લગ્ન (English: Marraige) ઓળખવામાં આવે છે.

લગ્નપ્રથા આદિકાળથી ચાલતી આવી છે, જેમાં જ્ઞાતિમાં કે આંતરજ્ઞાતિય લગ્નો થાય છે. લગ્ન એ સમાજનું એક અંગ છે અને આધુનિક વિચારકો લગ્નને એક સંસ્થાન તરીકે ગણાવે છે.

વેદના સૂર્યાસૂક્તમાં કહ્યું છે તેમ, સ્ત્રી-પુરુષ ઘાવા-પૃથિવી કે ઋક્-સામની માફક લગ્ન-સંસ્કારથી જોડાય છે. સ્ત્રી-પુરુષ આ સંસ્કારથી જોડાઈ એક પિંડ બને છે.

સાત પેઢી સુધીના કૌટુંબિક સંબંધને આથી જ સાપિંડ્ય સંબંધ કહેવામાં આવે છે. તેઓ એક જ દેહના દક્ષિણ અને વામ ભાગ બની રહે છે. આ સંસ્કારથી પુરુષ

અને સ્ત્રી પતિ-પત્ની બને છે. બંને એકબીજા સિવાય અપૂર્ણ છે. 'દંપતી' શબ્દ પતિ-પત્નીનો વાચક છે.

લગ્નને વિવાહ કહેવામાં આવે છે. હિન્દુ ધર્મમાં થતા સંસ્કારોમાં આ એક જીવંત અને મહત્ત્વનો સંસ્કાર છે. લગ્ન વિવાહ, પરિણય કે પરિણયન, ઉપયમ અને પાણિગ્રહણ કે પાણિપીડન આ સંસ્કારના પર્યાયો છે.

વિવાહના પ્રકારો વિશે વિચારતાં જણાય છે કે વિભિન્ન જાતિઓ ટોળીઓ રૂપે રહેતી હતી. તેથી એક પરિવારનાં સંતાનો ભાઈબહેન મનાતા હતા. પરિણામે સાપિંડ્ય અને સગોત્ર વૈવાહિક સંબંધોનો નિષેધ મનાયો છે.

સામા પક્ષની કન્યા સાથે ગાંધર્વ, રાક્ષસ, આસુર કે પૈશાચ વિધિથી લગ્નો થતાં. બંને પરિવારોનાં માબાપ પણ લગ્નો ગોઠવી આપતાં હતાં. આવાં લગ્નોની વિધિ પ્રાજાપત્ય વિવાહવિધિ કહેવાતી હતી.

ક્યારેક કન્યા સ્વયંવરથી વરની પસંદગી જાતે કરતી હતી. કન્યાની અછત કે કન્યાના પિતાની નબળી આર્થિક સ્થિતિને કારણે ગાયોનાં બે જોડાં આપવાની પ્રથા અમલી બનાવી.

આર્ષ વિવાહ પણ સ્વીકારાયો. સુસંસ્કૃત સમાજમાં બ્રાહ્મ અને દૈવ જેવા વિવાહ-પ્રકારો પણ અસ્તિત્વમાં આવ્યા. કલ્પસૂત્રો – ગૃહસૂત્રો અને સ્મૃતિગ્રંથોમાં વિવાહના પ્રકારો વિશે વિગતે ચર્ચા થયેલી છે.

વિવાહમાં કન્યાદાન દ્વારા સ્ત્રીની સુરક્ષાની જવાબદારી પતિને આપવામાં આવે છે. ધર્મ, અર્થ અને કામ પુરુષાર્થના સેવનમાં સ્ત્રીને પત્ની તરીકે સાથે રાખવાની જવાબદારી કન્યાદાન દ્વારા પુરુષને સોંપવામાં આવે છે.

સ્ત્રી-પુરુષ પતિ-પત્ની તરીકે ત્રિવર્ગના સેવનના અધિકારી બને છે.

વિવાહ વિધિના પ્રચલિત વિધિવિધાન આ પ્રમાણે છે :

વાગ્દાન : વર અને કન્યાપક્ષ પોતપોતાનાં સંતાનને વિવાહવિધિથી જોડવા વચન આપે તેને વાગ્દાન, વેવિશાળ, સગપણ કે ચાંલ્લો કહેવામાં આવે છે. વર-વધૂ ગુણપરીક્ષા, ઇન્દ્રાણી પૂજા, શ્રીફળ વિધિ તેનાં પ્રધાન અંગો છે.

ગુજરાતી વિશ્વકોષ પ્રમાણે વિવાહ નેપથ્ય : વિવાહ પૂર્વે વર-વધૂને પીઠી ચોળી સુમુહૂર્ત કરવામાં આવે. પાણિગ્રહણ થતાં પૂર્વે કંકણબંધન (માળા નાખવી) જેવા રિવાજોમાં જળવાયેલી વિધિ છે.

કન્યાદાન : ગૃહસૂત્રો પ્રમાણે પિતા, પાલકપિતા, ભાઈ કે કોઈ પણ હિતેચ્છુ કન્યાદાન કરી શકે. કન્યાદાન થતાં પત્ની બનતી સ્ત્રીને 'દેવી'નો દરજ્જો મળે છે.

કન્યાદાન વખતે કન્યાને ખાસ પાનેતર પહેરાવવામાં આવતું હતું. ભારતમાં કેટલાક પ્રદેશો લાલ, તો કેટલાક પ્રદેશોમાં સફેદ કે પીળું પાનેતર પહેરાવવામાં

આવે છે. ઉત્તરીય રૂપે ચૂંદડી ઓઢાડી અવગુંઠન(ઘૂંઘટ)ની પરંપરા પણ હતી.

લગ્નનું મુહૂર્ત : ચંદ્રબળ, નક્ષત્રબળ, કધ્યાને ગુરુબળ, વરને સૂર્યબળ જોઈને વિવાહ માટે મુહૂર્ત નિશ્ચિત કરવામાં આવે છે. આ સાથે મંગલ આરંભ થાય તે અપેક્ષિત મનાયું છે.

વિવાહવિધિ : પ્રતિકર્મ – પીઠી ચોળી અભ્યંગપૂર્વક અષ્ટાપદકુંભ સાથે મંગલ સ્નાન કરાવી વિવાહ નેપથ્ય કરવામાં આવે. પુરુષ કરતાં સ્ત્રીના શણગારની વિગતો અત્ર-તત્ર મળે છે.

પ્રતિસર : રક્ષાસૂત્ર તરીકે બંધાતો ઊનનો દોરો. આથી મીંઢળ બાંધવાની વિધિ છે. ચતુર્થીકર્મ વખતે તે છોડવામાં આવે છે. અથર્વવેદમાં આ કૌતુકમંગલને મધ્યમણિ બંધન કહ્યું છે (કૌ. સૂ. 7/25).

ગોત્રજ : મંગળ સ્નાન કરી શણગારાયેલી કન્યાને ગોત્રજ કુળની પ્રતિષ્ઠારૂપ વડીલ સતીઓને વંદન કરવા કહેવામાં આવતું હતું. કુળદેવીને વંદન કરવાની આ પરંપરાનું પાલન વિવાહપૂર્વે કરવામાં આવતું હતું.

વધૂગૃહાગમન : વરયાત્રા દ્વારા વર કન્યાને ઘેર આવે, તેમનું સ્વાગત (સામૈયું) થાય.

મધુપર્ક : આવેલા વરરાજાનું સ્વાગત મધુપર્કની વિધિથી કરવામાં આવે છે. આ પહેલાં પોંખવાની વિધિની સાથે સમંજન વરકન્યાને જુએ તે રીતે પરસ્પર હાર પહેરાવવાનો રિવાજ થઈ ગયો છે.

કન્યાદાન : કેટલીક જ્ઞાતિઓમાં ગોત્રજ પાસે બેઠેલી કન્યા પાસે વરને લઈ જઈ પાણિગ્રહણની વિધિ કરવામાં આવે છે. સામાન્યત: મધુપર્ક થયું હોય ત્યાં કન્યાને પધરાવી પાણિગ્રહણ-વિધિ કરવામાં આવે છે.

કન્યાને પધરાવવામાં આવે તે પ્રસંગે હાર પહેરાવવાની પરંપરા સમંજન વિધિમાંથી જન્મી છે.

પરિણયન : વિવાહ હોમમાં લાજા હોમ આવે. રાષ્ટ્રભૂત, જય, અભ્યામાત હોમ પછી લાજા હોમ કરી અગ્નિની ત્રણ પ્રદક્ષિણા કરવામાં આવે છે. સોમ, ગંધર્વ અને અગ્નિ દ્વારા ભોગવાયેલી કન્યા અગ્નિની ત્રણ પ્રદક્ષિણા કરી વરને પતિ તરીકે આ વિધિથી પ્રાપ્ત કરે છે.

સપ્તપદી : વિવાહવિધિમાં પરિણયન (અગ્નિની પ્રદક્ષિણા) પછી સપ્તપદીની વિધિ આવે છે. હિન્દૂ કાયદા પ્રમાણે હિન્દૂ વિવાહવિધિનું આ એક અનિવાર્ય અંગ છે.

દાંપત્યજીવનના હેતુ અને દાંપત્યજીવનના આદર્શનાં આ સાત સોપાન છે. આ સાત પગલાં છે, પ્રદક્ષિણાના ફેરા નહિ. દેવો, સાજન મહાજન અને અગ્નિની સાક્ષીને અહીં મહત્ત્વ અપાયું છે.

પતિ-પત્ની બનતાં સ્રી-પુરુષનો આદર્શ મૈત્રીભાવ કેન્દ્રમાં હોવાનું આ વિધિ દર્શાવે છે. દાંપત્યની સફળતાની આધારશિલા પરસ્પર અનુકૂલન છે એ તેનો પ્રધાન સૂર છે.

ધ્રુવદર્શન : ધ્રુવ-અરુંધતી દર્શન કરાવી જીવનમાં અરુન્ધતીનો આદર્શ પ્રસ્થાપિત કરવામાં આવે છે.

આર્દ્રાક્ષતારોપણ : સૌભાગ્ય આપવાની વિધિરૂપે પરિણમેલી વિધિ છે. ચાંદીના વાડકામાં દૂધ–ઘી નાખી અક્ષત (આખા ચોખા) તેમાં કન્યાના હાથે નંખાય. બીજા લોકો કન્યાના હાથમાં ચોખા નાખે. કન્યાના પિતા સુવર્ણમુદ્રા મૂકે. વર પોતાનો હાથ કન્યાની અંજલિમાં મૂકે અને વરકન્યા ભીના અક્ષત એકબીજા ઉપર નાખે, એવી મૂળ વિધિ હતી.

ત્રિરાત્ર બ્રહ્મચર્ય, ચતુર્થીકર્મ, સીમાન્તપૂજા, ગૌરી-હરપૂજન, ઇન્દ્રાણીપૂજા કે તેલહરિદ્રા રોપણ પછી આ વિધિ આવે. આ વિધિઓના કેટલાક અંશ રિવાજો રૂપે જીવિત છે.

કૌતુકાગાર પ્રવેશ : મંગલસૂત્રબંધન, ઉત્તરીય પ્રાંત બંધન, ઝૈરિણીદાન, દેવકોત્થાપન, અંડપોદ્ધાસન પછી કૌતુકગૃહમાં નવદંપતીનું પ્રથમ મિલન થાય. આ પણ વિવાહવિધિનો અંતિમ ભાગ છે.

આજે વાગ્દાન, મધુપર્ક, કન્યાદાન-પાણિગ્રહણ, પરિણયન, સપ્તપદી વિવાહની પ્રચલિત વિધિનાં મહત્ત્વનાં અંગ છે.

લગ્નગીતો, ફટાણા, જાન, વરઘોડો, છેડાછેડી, મીંઢોળ જેવી વિવિધ વિધીથી આપણાં લગ્નોત્સવ આજનો આનંદોત્સવ છે: હિન્દુધર્મની લગ્ન પરંપરા જેવી પધ્ધતિ-રીત વિશ્વમાં એકપણ ધર્મમાં નથી.

લગ્નને વિવાહ, પરિણય કે પાણિગ્રહણ પણ કહેવાય છે

ત્રેતાયુગમાં રામ અને દ્વાપર યુગમાં ભગવાન શ્રીકૃષ્ણના લગ્ન જે પરંપરા અને મંત્રોચ્ચારથી થયા હતા તેજ પ્રમાણે આજના યુગલો લગ્નના બંધને બંધાય છે

"નાણાવટી સાજન બેઠું માંડવે રે" જેવા લગ્નગીતોને ફટાણા સાથે વરઘોડા-જાન જેવી વિવિધ વિધીથી આપણા લગ્નોત્સવ આજે આનંદોત્સવ સાથે ઉજવીએ છીએ.

લગ્ન એટલે માત્ર બંધન નહીં પણ જન્મ જન્માંતર સુધી એકમેકને સાથ આપવાનું વચન છે. બે આત્માનું મિલન એટલે લગ્ન.

હિન્દુ પરંપરામાં લગ્ન તથા તેની વિવિધ ધાર્મિક વિધિનું ખૂબ જ મહત્વ છે. આપણી આ પધ્ધતિ જેવી વિશ્વનાં એક પણ ધર્મમાં જોવા મળતી.

આપણી ફિલ્મોમાં પણ આદીકાળથી આ વિષય આધારિત વાત-ગીતો જોવા મળે છે. આપણે ત્યાં વેવિશાળ કે સગાઇથી લગ્ન વચ્ચે પ્રથમવાર કંકુ પગલાથી શરૂ કરીને જાનને સ્વાગત સાથે વરરાજાને પોંખવાની વિધી છે.

એક ચોક્કસ પધ્ધતિથી તમામ વિધી સંપન્ન કરીને શુભ મુહૂર્તમાં જ વિદાય જેવી પધ્ધતિ છે. આજના ઝડપી યુગમાં પણ આટલી વિધી તો કરીએ જ છીએ. આજે પણ લગ્નની પરંપરા તૂટી નથી.

દરેક વિધી પાછળ વૈજ્ઞાનિક આધારો રહેલ છે જેમ કે 'વરઘોડો' ઇન્દ્રિયોના ઘોડાને અંકુશમાં રાખવા માટેની ચેતવણીનું પ્રથમ ચરણ છે.

આવી રીતે થતી લગ્નની તમામ વિધીઓ અર્થ પૂર્ણ છે. આપણાં જીવનનાં 16 સંસ્કારોમાં 12મો લગ્ન સંસ્કાર છે. લગ્ન સંસ્કારથી બ્રહ્મચર્યાશ્રમમાં રહેલ વ્યક્તિ ગૃહસ્થાશ્રમમાં પ્રવેશે છે.

હિન્દુ ધર્મમાં ગૃહસ્થાશ્રમને બ્રહ્મચર્યાશ્રમ, વાનપ્રસ્થાશ્રમ અને સન્યાસાશ્રમનો પોષક કહ્યો છે. વિશ્વમાં લગભગ તમામ ધર્મી કે જાતિના લોકોમાં કોઇને કોઇ લગ્ન સંસ્કારની પ્રથા છે. લગ્નને વિવાહ, પાણિગ્રહણ કે પરિણય જેવા શબ્દો પણ પ્રચલિત છે.

ભારતીય સંસ્કૃતિ અનુસાર વિવાહએ એક ધાર્મિક વિધી છે. જેમાં બે પરિવારો, કુટુંબના સ્ત્રી અને પુરૂષ પ્રેમનાં તાંતણે બંધાય છે. વિવાહને એક સામાજિક સંસ્થા તરીકે ઓળખાય છે.

આપણા વાર્ષિક કેલેન્ડરમાં પણ અમુક ચોક્કસ મહિના જ તેની સિઝન હોય છે. ઋણમાંથી મુક્તિ મેળવવા પણ વિવાહ કરવા આવશ્યક છે.

હિન્દુ ધર્મમાં વિવાહને પવિત્ર સંસ્કાર ગણ્યો છે. આપણા શાસ્ત્રોમાં વિવાહના આઠ પ્રકારોમાં બ્રાહ્મ, દૈવ, આર્ષ, પ્રાજાપત્ય, આસુરી, ગાર્ધવ, રાક્ષસી અને પિશાચી વિવાહ આ પૈકી પ્રથમ ચારને ઉત્તમ અને છેલ્લા ચાર અધર્મ ગણાય છે.

આપણા લગ્નમાં મંડપરોપણ, વરરાજાને પોંખવાનું જાન, પીઠીવાના, વરમાળા, હસ્તમેળાપ, મંગળ ફેરા અને કધ્યા વિદાય જેવી વિવિધ રીત-રસમો છે જે આદીકાળથી ચાલતી પરંપરા છે.

ભગવાન રામ અને કૃષ્ણે જે રીતે લગ્ન કર્યા તેજ રીતી-રીવાજોથી આજે પણ આપણે લગ્ન પ્રસંગ ધાર્મિક મહત્વ સાથે કરીએ છીએ.

દરેક વિધી પાછળ એક ચોક્કસ વૈજ્ઞાનિક આધારો છે. જવતલ હોમવા કે છેલ્લે કોડા-કોડીની રમતમાં પણ ગુઢ અર્થ રહેલો છે. આજે તો લગ્ન પ્રસંગે "આજ મેરે યાર કી શાદી હૈ" જેવા ગીત સાથે કધ્યા વિદાય વખતે 'બાબુલ કી દુવાએ લેતી જા' અચુક સાંભળવા મળે છે.

અગાઉના લગ્નોમાં ત્રણ-ચાર દિવસનો જલ્સો હોયને જાન પણ બે દિવસ રોકાતી પણ સમય જતાં બધુ બદલાઇ ગયુંને આજે તો સવારથી બપોરમાં વિવાહ સંપન્ન થઇ જાય છે.

આ બધા વચ્ચે લગ્નવિધીમાં બહુ મોટો ફેરફાર જોવા મળતો નથી. આર્યસમાજ કે કોર્ટમેરેજ આવ્યા પણ આનંદોત્સવ તો લગ્નની ધામધૂમમાં જ છે. વરઘોડાને દાંડીયા-રાસમાં બદલાતા યુગે ઘણા ફેરફારો સાથે વિધીઓમાં ચાર ચાંદ લાગી ગયા છે.

– છાબનું મહત્વ : વરપક્ષ તરફથી મળતો એક ઉપહાર છે. જેને જોણું પણ કહેવાય છે. આ છાબમાં સાત સાડી કે વસ્ત્રો અપાય છે. જેનો સ્ત્રીના જીવનમાં આવતા મુખ્ય સાત પ્રસંગોને આવરી લેવાયા છે. આમાં જોણાની ચૂંદડી, ફાગણીયું, દિવાલી, વડસાવિત્રી જેવા પ્રસંગો આવે છે.

– વરરાજાને પોખણા : વરરાજા જ્યારે જાન લઇને આવે ત્યારે ક્ધયાની માતા વરને પોંખે છે. જેમાં લાકડાની ચાર દાંડીમાં ઘોસરૂ, સાંબેલું, રવાઇ અને ત્રાગ હોય છે.

– ચાક વધાવવાનું મહત્વ : ઘરમાં લગ્ન હોય ત્યારે વિવાહના દિવસે સવારે માણેક સ્તંભ ઘડો લાવવા આભાર સાથે કંકુ-ચોખાથી વધાવીએ છીએ.

– મીંઢોળ : સંસ્કૃત ભાષામાં મદનફળને મિંઢોળ કહેવાય છે. લગ્ન સમયે વર ક્ધયાને હાથે માણેક સ્તંભે બંધાય છે. આ મિંઢોળ હાથની નાળી પર બાંધતા છીદ્રો દ્વારા જેવી પદાર્થને દૂર કરે છે.

હસ્ત મેળાપ વખતે વર-ક્ધયાના શરીરમાં ઉત્તેજનાના આવે તે માટે પણ તે હાથે બંધાય છે.

– લીલા તોરણ બાંધવા : આસોપાલવ કે આંબાના લીલાપાનનું તોરણ મુખ્ય દરવાજે બંધાય છે. કોઇપણ વિધ્ન વિના લગ્ન સંપન્ન થાય તેવી ભાવના સાથે અને વર અથવા ક્ધયાનું લિલા તોરણે સ્વાગતનું મહત્વ છે.

– પીઠીનું મહત્વ : જુના જમાનામાં કોસ્મેટીક વસ્તુ કે બ્યૂટી પાર્લર ન હતા તેથી એ જમાનામાં દુર્વા ઘાસ અને હળદરનો લેપ કરીને શરીરે લગાવવાની રસમ છે. હળદર ત્વચાને સુંદર રાખે છે.

– મહેંદી રસમ : મહેંદીની ઠંડકને કારણે લગ્નનો તણાવ ઓછો થાય અને સ્ત્રીના જીવનના ઘણા રંગોમાનો એક રંગ ખાસ હોય છે. હાથની મર્હેંદીને શુભ માનવામાં આવે છે. સ્ત્રીના જીવનમાં મહેંદી એની સુંદરતાનો એક અહમ ભાગ છે.

– છેડાછેડી : આ રિવાજમાં બેનનું મહત્વ છે. ચોખા-સોપારી અને ચાંદીનો સિક્કો ક્ધયાના પાનેતર ઉપર મુકેલા ખેસ સાથે ભાઇ-ભાભીના જીવનમાં હમેંશા સ્મીત-ખુશી રહે તેવા પ્રેમભાવથી બેન મજબૂત ગાંઠ બાંધે છે.

– પગના ભારથી સંપૂટ તોડવું : કન્યાની માતા વરને પોંખી લીધા બાદ બે કોડિયાના સંપૂટને પગ તળે ભાંગીને વર માયરામાં પ્રવેશ કરે છે.

આનો હેતુ એવો છે કે આજ સુધી મારા એકના અરમાનો હતા જે ભૂક્કો કરીને હવે આજથી આપણા બંનેના અરમાનો, ખુશી, આશા, ઇચ્છા એક જ હશે. આપણા બન્નેની જીવન યાત્રા શરૂ થાય છે.

- જઉં-તલ હોમવાનું મહત્વ : પિતા પછી દિકરીની બધી ઉમ્મીદ તેના ભાઇ સાથે હોય છે. એટલે જ ભાઇ હર મંગળફેરામાં બેનને વચન આપે છે કે તારા ઘરમાં ગમે તે જરૂર પડે તો હું તારી સાથે છું આમ જવ-તલ એક અનાજનું પ્રતિક છે. જે ભાઇ-બહેનને આપે છે.

– મંગળ ફેરા : પહેલા મંગળફેરામાં કંકુનું દાન દેવાય છે. જે સુહાગનું પ્રતિક છે. બીજા ફેરામાં ચાંદીનું દાન દેવાય છે. જે શુધ્ધતાનું પ્રતિક છે. ત્રીજા મંગળફેરામાં સોનાનું દાન જે શુધ્ધતાનું પ્રતિક છે.

ચોથા ફેરામાં કન્યાનું દાન દેવાય છે. જે સર્વદાનોમાં શ્રેષ્ઠ કહેવાય છે. સ્ત્રીના જીવનમાં મંગળસૂત્રનું પણ વિશેષ મહત્વ આપણાં શાસ્ત્રોમાં દર્શાવાયું છે. આપણી ફિલ્મોમાં તેના મહત્વની વાત કે દ્રશ્યો સાથે તેની ઘણી મહત્તા વધારી છે.ઋણમાંથી મુક્તિ મેળવવા પણ વિવાહ કરવા આવશ્યકછે.

આજના ઝડપી યુગમાં પણ બધી વિધી લગ્નોત્સવમાં આપણે કરીએ છીએ. વિશ્વનાં લગભગ તમામ ધર્મો કે જાતિના લોકોમાં કોઇને કોઇ લગ્ન સંસ્કારની પ્રથા છે.

ત્યારે ભારતીય સંસ્કૃતિ મુજબ ઋણમાંથી મુક્તિ મેળવવા પણ વિવાહ કરવા આવશ્યક છે. હિન્દુ ધર્મમાં વિવિધ સોળ સંસ્કારોમાંનો એક વિવાહને પવિત્ર સંસ્કાર ગણ્યો છે.

આપણાં શાસ્ત્રોમાં વિવાહના આઠ સંસ્કારો પૈકી બ્રાહ્મ, આર્ષ, પ્રાજાપત્ય અને દેવ વિવાહનો ઉત્તમ અને આસુરી, ગાર્ધવ, રાક્ષસી અને પિશાચી વિવાહને અધર્મ ગણાયા છે.

આપણાં લગ્નની દરેક વિધી પાછળ એક ચોક્કસ વૈજ્ઞાનિક આધારો છે. અગાઉ જાન બે કે ત્રણ દિવસ રોકાતી આજે તો સવારથી બપોરમાં વિવાહ સંપન્ન થાય છે.

વર્ષોથી ચાલી આવતી લગ્ન પરંપરામાં બહુ મોટો ફેરફાર જોવા મળતો નથી. આર્ય સમાજ કે કોર્ટ મેરેજ આવ્યા પણ સાચી લગ્નની મઝા તો લગ્નોત્સવમાં આંગણાના આનંદ ઉત્સવમાં જ છે.

દુનિયામાં વિવિધ દેશોમાં લગ્ન સાથે ચિત્ર-વિચિત્ર રિવાજ પણ જોડાયેલા છે.

કાંગો સમાજમાં લગ્ન દરમ્યાન વર-વધુને હસવાની મનાઇ છે.

સ્કોટ સમાજમાં દુલ્હા-દુલ્હન પર કાળો રંગ નાખવામાં આવે છે.

ફ્રાન્સની સંસ્કૃતિમાં લગ્નનો સાવ અજબ જ રિવાજ છે, જેમાં ટોઇલેટમાં બનાવેલું જ્યુસ દુલ્હનના પરિવારજનોએ પીવું પડે છે.

મસાઇ સંસ્કૃતિમાં વિશ્વની સાવ નોખી રીતમાં દુલ્હનનું અપમાન કરાય છે, સ્વાગતમાં જ અપમાન કરીને માથે ગોબર લગાવાય છે.

વિશ્વના પ્રાચિન સ્પોર્ટેન્સમાં દુલ્હનને માથે મુંડન કરવાનો રિવાજ છે.

કિર્ગિસ્તાનમાં આજે પણ દુલ્હનની અપહરણની પરંપરા ચાલુ છે જો કે આ રસમ લગ્ન પહેલા કરાય છે.

ચાઇનાની સિચ્યુઆનની પરંપરા મુજબ લગ્ન પહેલા દુલ્હનને પુરો એક મહિનો રોવું પડે છે. જેને જિઓટાંગ વીધી કહેવાય છે.

દરરોજ રાત્રે અડધી કલાક રોવું પડે છે.

છેલ્લા દિવસોમાં કુટુંબની તમામ મહિલાઓ સતત રોવું પડે છે.

સમગ્ર દુનિયામાં લગ્નનો અર્થ કોમન છે પણ તેની સાથે જોડાયેલા વિવિધ નિયમો ત્યાંની સંસ્કૃતિ મુજબના છે.

લગ્નનો અર્થ આપણે ત્યાં નાચવું, ગાવું, સારુ ભોજન અને દુલ્હા-દુલ્હનના ચાર ફેરા, વિદાય છે પણ એવું નથી. લગ્ન સંસ્કાર ભારતીય સંસ્કૃતિમાં અભિન્ન અંગ છે.

પ્રદેશ, ધર્મ, સમુદાય અને વર અને કન્યાની વ્યક્તિગત પસંદગીઓ અનુસાર બદલાય છે.

તેઓ ભારતમાં ઉત્સવના પ્રસંગો છે, અને મોટા ભાગના કિસ્સાઓમાં વ્યાપક શણગાર, રંગ, વસ્ત્રો, સંગીત, નૃત્ય, કોસ્ચ્યુમ અને ધાર્મિક વિધિઓ સાથે ઉજવવામાં આવે છે.

જે વર અને વરરાજાના સમુદાય, પ્રદેશ અને ધર્મ તેમજ તેમની પસંદગીઓ પર આધાર રાખે છે.

ભારત દર વર્ષે લગભગ 10 મિલિયન લગ્નો ઉજવે છે, જેમાંથી લગભગ 80% હિંદુ લગ્નો છે.આપણે ભવ્ય ભારતીય લગ્ન કેવી રીતે ઉજવીએ છીએ? છોકરા કે છોકરીના જીવનનો સૌથી યાદગાર દિવસ હોય છે,

કોઈ કહી શકે કે તેના લગ્નનો દિવસ. પરિવારમાં દરેક વ્યક્તિ માટે આ આનંદનો દિવસ છે. આખું ઘર અગાઉથી સારી રીતે સાફ અને સફેદ ધોવાઇ ગયું છે.

લગ્નની સજાવટ શરૂ થાય તેના એક દિવસ પહેલા, ડેકોરેશનનો હવાલો સંભાળતા લોકો વિવિધ લોકો, શામિયાણાના વેપારી, ઇલેક્ટ્રિશિયન અને

ફ્લોરિસ્ટનો સંપર્ક કરવામાં વ્યસ્ત છે.બાળકો બંટીંગ બનાવવામાં વ્યસ્ત છે.

લગ્નના પંડાલ, શમિયાણા, ફ્લોર પર કાર્પેટ, વરરાજા માટે મંચ, દિવસના ધામધૂમ અને શોમાં વધારો કરે છે. બહુ રંગીન ઇલેક્ટ્રિક બલ્બ દ્રશ્યને ખૂબસૂરત બનાવે છે.

વરરાજાનું આગમન એ વાસ્તવિક આકર્ષણ છે. કેવો રોમાંચ, કેવો રોમાંચ! દૂરથી વગાડતી બેન્ડ પાર્ટીઓ બાળકોના ટોળાને ખેંચે છે, સમયાંતરે પ્રદર્શિત થતા ફટાકડા રંગમાં વધારો કરે છે.

વરરાજાના મિત્રો બેન્ડની ધૂન સાથે ડાન્સ કરે છે. સમગ્ર વાતાવરણ મંત્રમુગ્ધ છે.

સામાન્ય રીતે, જ્યારે વરરાજા દરવાજા પર હોય છે, ત્યારે લોકો કન્યા વિશે ભૂલી જાય છે. તેના પોતાના મિત્રો પણ તેને છોડી દે છે. તેઓ દિવસના હીરોની એક ઝલક મેળવવા ગેટ તરફ દોડી જાય છે.

પંડાલની નજીક આવતી કન્યા ટૂંક સમયમાં મિત્રોનું ધ્યાન ખેંચે છે.

લાલ સાડીમાં શણગારેલી અને માથા પર પડદો પહેરેલી ભારતીય કન્યા દેવી જેવી લાગે છે. તે છે જ હવે આકર્ષણનું કેન્દ્ર છે.

લગ્ન સમારોહની શરૂઆતમાં કન્યા અને વરરાજા ફૂલોના માળાનું વિનિમય કરે છે.સ્વાગત ગીતો કન્યાના મિત્રો દ્વારા ગવાય છે.

રાત્રિભોજન અને પાર્ટી, પૂજા અને મંત્રોના જાપ અનુસરે છે. પરંપરાગત ભારતીય લગ્ન અનન્ય છે.પરંતુ હાઈપ્રોફાઈલ લગ્નમાં જ્યાં આ ખાસ દિવસને યાદગાર બનાવવા માટે જંગી રકમનો ખર્ચ કરવામાં આવ્યો હતો.

પરંતુ આપણે આપણા લગ્નોને સરળ બનાવવાનો પ્રયાસ કરવો જોઈએ. આપણે ઓછા પૈસા ખર્ચવા જોઈએ અને ઓછો સમય બગાડવો જોઈએ.

ભારત એ સંપ્રદાયો, જાતિઓ, અને ધર્મોની વિવિધતાથી વસેલો દેશ છે. અહીં આપણે વાત કરીએ છીએ કે ભારતીય લગ્ન સંસ્કૃતિધામધૂમ થી ઉજવવામાં આવે છે.

તેથી અમે આ શુભ સમારોહ તેમના સંસ્કારો અને વિધિ અનુસાર ઉજવ્યો. જે પરિવારમાં લગ્ન સંપન્ન થવાના છે તે પરિવારના દરજ્જા અને ધોરણ પ્રમાણે લગ્નની સરઘસ પણ અલગ અલગ હોય છે.

કેટલાક પરિવારો આ વિધિ સૌથી સરળ અને શાંત રીતે કરે છે જ્યારે અન્ય લોકો ખૂબ જ ભવ્ય શણગાર અને ખર્ચાળ સ્વાદ અપનાવે છે.

લગ્ન દરમિયાન પંડિત ઘણા પ્રકારની રસ્મો અને મંત્ર બોલે છે.

આ રસ્મોને છોકરા અને છોકરી અગ્નિને સાક્ષી માનીને 7 ફેરા લે છે. આ 7 ફેરા કરાવતી વખતે પંડીતો 7 વચનોને સંસ્કૃત ભાષામાં બોલે છે. ચલો જાણીએ

લગ્ન દરમિયાન લેવાતા 7 ફેરાનો મતલબ અને મહત્વ.

તીર્થવ્રતોદ્યોપન યજ્ઞકર્મ મયા સહૈવ પ્રયિવય ંકરૂયાય વામાંગમાયામિ
તદા ત્વદીય ંબ્રવીતિ વાક્ય ંપ્રથમ ંકુમારી !!

અર્થ: જો તમે લગ્ન બાદ કોઇ વ્રત ઉપવાસ અથવા કોઇ ધાર્મિક સ્થાન પર જાવ
તો તમે મને પણ તમારી સાથે લઇને જાવ, જો તમે મારી વાતોથી સહમત છો
તો હું તમારી સાથે જીવવા તૈયાર છું.

પૂજ્યૌ યથા સ્વૌ પતિરૌ મમાપિ તિથ્થેશેભક્તો નજિકર્મ કરૂયા:,
વામાંગમાયામિતિદા ત્વદીય ંબ્રવીતિ કન્યા વચન ંદ્વિતીયમ !!

અર્થ: તમે જે રીતે તમારા માતા પિતાનું સમ્માન કરો છો, એવી જ રીતે મારા
માતા પિતાનું પણ સમ્માન કરશો. પરિવારની મર્યાદાનું પાલન કરશો. જો તમે
આ વાતનો સ્વીકાર કરી છો તો મને તમારા વામંગ આવવાનું સ્વીકાર્ય છે.

જીવનમ અવસ્થાત્રય ંમમ પાલના ંકરૂયાત,
વામાંગયામિતિદા ત્વદીય ંબ્રવીતિ કન્યા વચન ંતૃતીય ં!!

અર્થ: ત્રીજા વચનમાં કન્યા પોતાના વરને કહે છે કે તમે મને વચન આપો
કે જીવનની ત્રણ અવસ્થાઓમાં મારી સાથે ઊભા રહેશો. મારી વાતોનું પાલન
કરતા રહેશે, તો જ હું તમારા વામાંગમાં આવવા તૈયાર છું.

કટુમ્બસંપાલનસર્વકાર્ય કર્ત્ પ્રતજ્ઞિઆ ંયદિ કાત ંકરૂયા:,
વામાંગમાયામિતિદા ત્વદીય ંબ્રવીતિ કન્યા વચન ંચતુરૂથ ં!!

અર્થ: કન્યા ચોથા વચનમાં એવું માંગે છે કે અત્યાર સુધી તમે ઘર પરિવારની
ચિંતાથી મુક્ત હતા. પરંતુ હવે તમે જ્યારે લગ્નના બંધનમાં બંધાવવા જઇ રહ્યા
છો તો તમારે તમારી જવાબદારીઓને સારી રીતે નિભાવવી પડશે. જો તમે મારી
વાતથી સહમત છો તો હું તમારી સાથે આવવા તૈયાર છું. આ વચનથી એવું
જાણવા મળે છે કે પુત્રના લગ્ન ત્યારે કરી જ્યારે એ એના પગ પર ઊભો હોય.

સ્વસદ્યકાર્ય ંવ્યવહારકર્મણ્ય ંવ્યય ંમામાપિ મન્ત્રયથા,
વામાંગમાયામિતિદા ત્વદીય ંબ્રૂત ંવચ: પંચમત્ર કન્યા !!

અર્થ: આ વચનમાં કન્યા પોતાના વરને કહે છે કે જો તમે તમારા ઘર પરિવારની
લેણદેણમાં મારું પણ મંતવ્ય હોય તો હું તમારા વામાંગમાં આવવાનો સ્વીકાર
કરું છું.

ન મ્પેમાનમ ંસવધિ સખીના ંદ્યૂત ંન વા દરૂવ્યસન ંભંજશ્ચેત,
વામામ્ગમાયામિતિદા ત્વદીય ંબ્રવીતિ કન્યા વચન ંચ ષષ્ઠમ !!

અર્થ: કન્યા કહે છે જો હું મારી બહેનપણીઓ સાથે બેસીને થોડો સમય પસાર કરું
છું તો તમે એ સમયે મારું કોઇ પણ પ્રકારનું અપમાન કરશો નહીં. સાથે જ તમારે
જુગારની લતથી પોતાને દૂર રાખવા પડશે. જો તમે અમારી વાતોને માનો છો

તો હું તમારી સાથે આવવા તૈયાર છું.

પરસ્ત્રરયિં માતૃસમાં સમીક્ષ્ય સ્નેહં સદા ચેન્મયિકાન્ત કર્ૂયા,
વામાંગમાયામ‌તિદા ત્વદીયં બ્રૂતે વચ: સપ્તમમત્ર કન્યા !!

અર્થ: છેલ્લા વચનમાં કન્યા કહે છે કે તમે પારકી મહિલાઓને માતા અને બહેન સમાન માનશો તથા પતિ પત્નીના પ્રેમની વચ્ચે ત્રીજી કોઇ વ્યક્તિતેન જગ્યા આપશો નહીં.

જો આપણે માનીએ તો, રાધાના લગ્નમાં ખરેખર દસ દિવસની સખત મહેનત હતી. આકર્ષણનો મુખ્ય મુદ્દો લગ્ન પક્ષમાં વરરાજા અને વરરાજાના પોશાક છે, ઘણા લોકો તે જોવા માટે એકઠા થયા હતા કે તે ચોક્કસ દિવસે તે કેવો દેખાય છે?

આટલા બધાં વસ્ત્રો અને કપડાં ઉતારવાં, આટલા બધાં સ્નાન, આટલા બધા અભિષેક, આભૂષણોમાં આટલા બધા ફેરફારો, પૂજારી અને લોકોની વચ્ચેના મંદિરમાં ઘણી બધી પૂજાઓ.

પરંતુ આધુનિક યુગમાં આ વિચાર સંપૂર્ણપણે બદલાઈ ગયો છે. આજકાલ માત્ર થોડા કલાકોના લગ્ન છે.

અલબત્ત, ઘરોને અગાઉથી સજાવવામાં આવે છે અને અન્ય વિધિઓ રિવાજો અનુસાર કરવામાં આવે છે.

આમંત્રણ કાર્ડ સંબંધીઓ, મિત્રો અને પડોશમાં મોકલવામાં આવે છે. વરરાજા શણગારેલી ઘોડી પર બેસે છે અને બારાત સાથે કન્યાના ઘરે પહોંચે છે.બેન્ડમેન અને વરરાજાની અન્ય ડાન્સિંગ પાર્ટીઓ બધા આનંદથી નાચે છે.

જ્યારે તેઓ દુલ્હનના ઘરે પહોંચ્યા, ત્યારે તેમનું હાર્દિક સ્વાગત કરવામાં આવે છે.

'જયમાલા' ના પવિત્ર લગ્ન સમારોહ થાય છે અને ફોટોગ્રાફરો પણ પ્રસંગની જરૂરિયાત મુજબ અલગ-અલગ પોઝ લેવામાં પાછળ નથી રહેતા.

લગ્નમાં શા માટે કાંડે બાંધવામાં આવે છે મીંઢળ? જાણો મીંઢળને કેમ કહેવાય છે કામદેવનું ફળ છે.મીંઢળ ઝાડનું સોપારી જેવડું બજરિયા રંગનું ફળ હોય છે.મીંઢોળને મદનફળ તરીકે પણ ઓળખવામાં આવે છે.

મીંઢોળ શુભ પ્રસંગે, શુભ કાર્યોમાં ઉપયોગમાં લેવાતું એક ફળ છે.જેને માણેકસ્તંભને તથા વરકન્યાના કાંડે લગ્ન પ્રસંગે બાંધવાનો રિવાજ છે

.લગ્નના આનંદથી ઊભરાતા પ્રસંગમાં કેટલાક છૂપા વિઘ્નસંતોષીઓ પોતાની ચોટ, મૂઠ વગેરે મલિન વિદ્યાનો ઉપયોગ કરી રંગમાં ભંગ નાખવાનું સાહસ કરે છે. ત્યારે વરકન્યાને બાંધેલ મીંઢળફળ તેમની રક્ષા કરે છે.

બારાતી લગ્ન કરવા અને મિજબાની કરવાના ગુફામાં સ્વાદિષ્ટ રાત્રિભોજનનો આનંદ માણે છે. 'પેહરા સેરેમની' થાય પછી.

વરરાજા અને વરરાજા એકસાથે બેસે છે જ્યારે સેવાકાર પાદરીઓ દ્વારા પવિત્ર દોરાને તેમની આસપાસ ઘા કરવામાં આવે છે.

તેમના વસ્ત્રો એકસાથે અટલ ગાંઠમાં બંધાયેલા છે, અને તેઓ એકબીજાને પ્રેમ કરવા અને આદર આપવાના આપણા જેવા વચનો, પ્રતિજ્ઞાઓનું પુનરાવર્તન કરે છે.

તેમની પ્રતિજ્ઞાને પવિત્ર કરવા માટે પવિત્ર અગ્નિની પ્રદક્ષિણા કરીને સાત વખત ફરો. આ રીતે, અન્ય વિધિઓ એક પછી એક સમાપ્ત થાય છે.

સવારે 'ડોલી' સુખ અને ઉદાસીના સૂર સાથે વરરાજાના ઘર તરફ પ્રયાણ કરે છે કારણ કે નવા પરણેલા યુગલને તેમની છેલ્લી અને ખુશીની વિદાય આપવા આવેલા બધાની આંખમાંથી આંસુ દેખાય છે.

મહેમાન એક પછી એક પોતાના ઘરે ઓગળવા લાગે છે. આ રીતે, ભારતીય લગ્ન સાંસ્કૃતિક સમારોહ બે આત્માઓ અને બે પરિવારો સાથે જોડાઈને સમાપ્ત થાય છે.

લગ્નથી જોડાયેલા વિચિત્ર રીવાજ – લગ્નનો અર્થ થાય છે નાચવું-ગાવું, સારું ભોજન અને સુંદર દુલ્હા-દુલહનને ફેરા લેતા જોવાનું,પરંતુ આ તો આપણા દેશના સામાન્ય લગ્નમાં થાય છે.

લગ્ન દરમિયાન કરવામાં આવતી અલગ અલગ વિધિઓ અને તેના મહત્વ વિષે જાણીશું. જેથી આપણે આપણી સંસ્કૃતિ અને રીતિ-રીવાજો વિષે વિગતવાર માહિતી મેળવી શકીએ.

ગણેશ સ્થાપના : એ તો તમે જાણતા જ હશો કે, ગણપતિ એટલે ગણોના પતિ, ગણોના ધણી. ગણેશ ભૂતપ્રેતના સેનાનાયક છે, બુદ્ધિના દેવતા છે, ગણેશજી જ્ઞાનીજનોમાં ઉત્તમ જ્ઞાની છે, અને ચોસઠ કળામાં નિપુણ અને વિધ્નહર્તા છે.

એટલા માટે આપણે લગ્નમાં સૌથી પહેલા ગણેશજીની સ્થાપના કરીએ છીએ, અને તેમને પ્રાર્થના કરીએ છીએ કે, તે આપણા બધા વિધ્ન દૂર કરે અને ગણપતિ માફક ભારે પગ રાખીને આ અઘરું કામ પાર પાડવાની શક્તિ આપે.

માણેક સ્તંભ : લગ્નની રસમમાં સૌથી પહેલા આપણે માણેક સ્તંભ રોપીએ છીએ પણ તેનું મહત્વ શું છે? તે ઘણા ઓછા લોકોને ખબર હશે. માણેક સ્તંભ એ ભગવાન બ્રહ્માજીનું પ્રતિક છે.

માણેક સ્તંભની ઉપરની બાજુએ ચાર ખીલીઓના ટુકડાઓ હોય છે, જે ભગવાન બ્રહ્માજીનું મસ્તક છે. આપણે બ્રહ્માજીને વિનવીએ છીએ કે, દક્ષિણ

દિશાએ તમને પહેલા બેસાડયા,

અમારા ઘરની બધી મુશ્કેલીઓ દૂર કરજો. એટલે આપણે માણેક સ્તંભ સૌથી પહેલા રોપીએ છીએ.

લીલા તોરણ બાંધવાનું મહત્વ : માણેક સ્તંભ રોપ્યા પછી ઘરના દરવાજે આશોપાલવ અથવા આંબાના લીલા પાનનું તોરણ બાંધવામાં આવે છે. તોરણ એટલે મુખ્ય દરવાજાની હદ એવો અર્થ થાય છે.

આસોપાલવનું તોરણ લગાવવાથી દરેક કાર્ય કોઈ પણ વિઘ્ન વિના સારી રીતે પાર પડી જાય છે. વર અથવા કન્યા તોરણે આવી પહોંચે એટલે ત્યાં તેમનો આદર સત્કાર કરવામાં આવે છે.

આમ લગ્નવિધિમાં તોરણ એટલે વર અથવા કન્યાનો આદરસત્કાર કરવાનું સ્થળ એમ કહી શકાય.

મહેંદી : દરેક સ્ત્રીના જીવનમાં રહેલા રંગોમાંથી આ એક રંગ સૌથી ખાસ હોય છે. કહેવાય છે કે, લગ્નમાં એક્સપર્ટ મહેંદી મુકવા આવે છે, પણ જો કોઈ ખુશાલ પરિણીત સ્ત્રી કન્યાના હાથમાં મહેંદી લગાવે, તો તે સૌથી શુભ માનવામાં આવે છે.

મહેંદીનો રંગ ઘેરો હોઈ એમ પ્રેમ પણ વધારે હોય છે. એવું માનવામાં આવે છે અને કહેવાય છે કે, મહેંદીની ઠંડકથી લગ્નનો તણાવ પણ ઓછો થઈ જાય છે, અને સ્ત્રીઓની સુંદરતામાં ચાર ચાંદ લગાવી દે છે.

હા સ્ત્રીઓના જીવનમાં મહેંદી તેમની સુંદરતાનો એક મહત્વનો ભાગ હોય છે.

પીઠી : દુર્વા ઘાસને પીઠીની રસમમાં નિભાવીને વર વધુને તેમના આવનારા જીવનમાં પ્રેમ રહે, લડાઈ ઝગડો ના રહે એવા આશીર્વાદ આપવામાં આવે છે. પહેલાના સમયમાં જયારે કોસ્મેટિક વસ્તુ અને બ્યુટી પાર્લર ન હતા,

ત્યારે હળદરથી જ ત્વચા સુંદર રાખતા હતા. કહેવાય છે કે, પીઠીની રસમ પછી તેના કપડાં ક્યાંય પણ આમ તેમ ન નાખવા જોઈએ, કારણ કે એનાથી નજર લાગવાની સંભાવના વધી જાય છે. આજ છે પીઠીનું સાચું મહત્વ.

ચાર પોખણા : લગ્નના દિવસે જયારે વરરાજા જાન લઈને આવે છે, ત્યારે કન્યાની માતા દ્વારા વરરાજાને પોંખવામાં આવે છે. પોખણામાં ચાર લાકડાની દાંડીઓ હોય છે, જેને ઘોસરું, સાંબેલું, રવાઈ અને ત્રાગ કહેવામાં આવે છે.

ઘોસરું : કન્યાની માતા વરરાજાને ઘોસરાથી પોંખે છે અને કહે છે, 'તમે મારી દીકરીને પરણવા આવ્યા છો, આ ઘોસરું જોઈ લ્યો હવે સંસાર રુપી આ ગાડાને તમારે ચલાવવાનું છે.'

સાંબેલું : સંસાર માંડો છો તો ખંડાવું પણ પડશે, સુખ દુઃખના ભાગીદાર થવું પડશે.

રવાઈ : તમે અને મારી દીકરી બંને મળીને મન મંથન કરજો, સારા વિચારો પ્રાપ્ત કરજો અને સંતાનોને આપજો.

ત્રાગ : આ સંસાર માંડો છો તો દુઃખ પણ આવશે, એની પણ તૈયારી રાખજો.

સંપુટ : કન્યાની માતા વરને પોંખી લે પછી વર બે કોડિયાં સંપુટને પગ તળે ભાંગીને માયરામાં પ્રવેશ કરે છે. તેના દ્વારા વર કહેવા માંગે છે કે, તમારી ચેતવણી હું સમજ્યો છું,

હવે હું મારા એકલાની આશા અરમાનો પર નહિ ચાલુ. હું અહીંયા તેનો ભાંગીને ભુક્કો કરું છું. હવેથી અમારા બંનેની આશા ઈચ્છા અને અરમાનો એક જ હશે, અને તેજ પ્રમાણે અમે બંને પતિ પત્ની અમારી જીવનયાત્રા કરીશું.

જવ તલ હોમવાનું મહત્વ : પિતા પછી દીકરીની બધી આશા તેના ભાઈ સાથે જ હોય છે, એટલે જ ભાઈ પોતાની બહેનને વચન આપે છે કે, તારા ઘરમાં કોઈ પણ જરૂર પડે તો હું તારી સાથે છું.

આમ જવ તલ એ એક અનાજનું પ્રતિક છે, જે ભાઈ બહેનને પૂરું પાડે છે.

કન્યા (દુલ્હન) : પપ્પાની લાડકીમાંથી કોઈની પત્ની બનવા જઈ રહી છું, સજી સોળ શણગાર સૌથી સુંદર નારી બનવા જઈ રહી છું, જોયું હતું જે સપનું નાનેથી મેં, એ આજે પૂરું થવા જઈ રહ્યું છે,

મમ્મીનો પ્રેમ, બહેનની વાતો, ભાઈનો ઝગડો અને સખીઓનો સાથ છોડવાનું દુઃખ તો છે પણ મંડપમાં બેસીને એમનો હાથ પકડીને ચાર ફેરા ફરવાની ખુશી પણ છે, હા હું આજે દુલ્હન બનવા જઈ રહી છું.

ચાક વધાવવાનું મહત્વ : ઘરમાં જયારે લગ્ન હોય ત્યારે વર વિવાહના દિવસે સવારે માણેક સ્તંભ રોપ્યા પછી બધી સ્ત્રીઓ કુંભારના ઘરે ચાક વધાવવા જાય છે.

આ પરંપરા એટલા માટે છે કારણ કે, આપણે વર નવરાવવા માટે જે માટીના ઘડા લઈએ છીએ, તે ઘડા બનાવનાર કુંભારનો આભાર માનવાની આ એક રીત છે. તેના ચાકડાને કંકુ ચોખાથી વધાવવામાં આવે છે. જોકે હવે આ પરંપરા ફક્ત એક રિવાજ બનીને રહી ગઈ છે.

હસ્તમેળાપ : લગ્ન વિધિનું મુખ્ય અંગ હસ્તમેળાપ છે. તેમાં માં બાપ પોતાની પુત્રીનો હાથ વરરાજાને સોંપે છે. વરરાજા તેનો સ્વીકાર કરે છે અને તે હસ્તમેળાપ ના રહીને મન મેળાપ થઈ જાય છે. આ વિધિથી વર વધુના શરીરમાં એક અનોખી ખુશી ઉત્પન્ન થાય છે.

ચાર મંગળ ફેરા : લગ્નના ચાર ફેરાએ પુરુષાર્થના ફેરા છે. તે ચાર પુરુષાર્થ ધર્મ, અર્થ, કામ અને મોક્ષ છે. તે ધર્મ શાસ્ત્રોનું પણ ચિંતન છે. ચાર ફેરા ફરવામાં પ્રથમ ત્રણ ફેરામાં પુરુષ આગળ હોય છે, અને ચોથા ફેરામાં સ્ત્રી આગળ હોય છે.

પહેલા ત્રણ ફેરાના ત્રણ પુરુષાર્થ : (1) જેમાં પત્ની ધર્મ માર્ગ ઉપર પતિની પાછળ ચાલે છે

(2) પોતાનો સંસાર સુખ અને સંતોષથી ચાલે એટલું ધન કમાવું.

(3) અને લગ્ન જીવનના સંયમ પૂર્વકના હક્ક, આ ત્રણેયમાં પુરુષ આગળ હોય છે અને પત્ની એને અનુસરે છે. કારણ કે સ્ત્રી એ શરમનું પ્રતીક છે. અને વંશ-વૃદ્ધિ માટે હંમેશા સ્ત્રી પાછળ રહે છે.

(4) ચોથો ફેરો મોક્ષનો હોય છે, જે પોતાની મરજી પ્રમાણે મળતો નથી. એ તો પોતાના ભાગે આવેલી ફરજોના ભાગ રૂપે જ મળે છે.

સેવા અને પરિવાર તરફના પ્રેમ અને એકતા દ્વારા જ મળે છે. અને એમાં સ્ત્રી આગળ હોય છે, કારણ કે સહનશીલતા, સદાચાર, શીલ સેવા અને પ્રેમ એ મુખ્યત્વે સ્ત્રીના ગુણ છે. એટલે મોક્ષના માર્ગ પર એ પુરુષ કરતા આગળ હોય છે.

ચાર મંગળ ફેરાની વાત ઘણી અજીબ છે. તેમાં મને ઘણી જ ગમતી વાત એ છે કે, પત્ની ધર્મમાં, અર્થમાં અને કામમાં પતિનો સાથ આપે છે, પણ મોક્ષમાં પત્ની આગળ ચાલે છે. આનાથી મોટું સ્ત્રીનું સમર્પણ શું હોઈ શકે.

પહેલા મંગળ ફેરામાં કંકુનું દાન અપાય છે. (સુહાગનું પ્રતિક)

બીજા મંગળ ફેરામાં ચાંદીનું દાન અપાય છે. (શુદ્ધતાનું પ્રતિક)

ત્રીજા મંગળ ફેરામાં સોનાનું દાન અપાય છે. (સમૃદ્ધિનું પ્રતિક)

ચોથા મંગળ ફેરામાં કન્યાનું દાન અપાય છે. (જે સર્વ દાનોમાં શ્રેષ્ઠ ગણાયું.)

મીંઢોળ : સંસ્કૃતમાં મદન ફળ તરીકે જાણીતું મીંઢોળ લગ્ન સમયે વર કન્યાના હાથે માણેક સ્તંભ પર બાંધવામાં આવે છે. મીંઢોળ હાથની મુખ્ય નાડી પર બાંધવાથી રોમ છિદ્રો દ્વારા ઝેરી પદાર્થને દૂર કરે છે,

અને હસ્ત મેળાપ વખતે વર કન્યાના શરીરમાં ઉત્તેજના અને કામવૃત્તિ ઉત્પન્ન ના થાય તે માટે લગ્ન સમતે તેને બાંધવામાં આવે છે.

છાબનું મહત્વ : છાબ એ એક ઉપહાર છે જે વરપક્ષ તરફથી મળે છે. તેને જોણું કહેવામાં આવે છે. તેમાં સ્ત્રીઓના જીવનમાં આવતા સાત મુખ્ય સારા પ્રસંગ માટે સાત સાડીઓ આપવામાં આવે છે, એને છાબ કહેવાય છે.

સાત સાડીઓ :

(1) જોણાની ચૂંદડી.

(2) દસ્વાલું – એટલે રિસેપ્શનમાં પહેરવાની સાડી.

(3) ફાગણીયું – જે હોળીમાં પહેરાતું પીળા રંગનું હોય છે તે.

(4) દિવાળી નિમિતે અપાય તે.

(5) સાકર કંકુની શુકનની સાડી.

(6) વડ સાવિત્રી સાડી જે લગ્ન બાદના તહેવારો પર પહેરવામાં આવે છે.

(7) ઘાઘરી થાપડી – આ સાડી લગ્ન પહેલા આપવામાં આવે છે.

કન્યાદાન : કન્યા એ કોઈ વસ્તુ નથી કે જેનું દાન કરાય, એ તો માતા પિતાનું એક અંગ છે. કન્યાદાન કરવું એ દુનિયાનું સૌથી મોટું પુણ્ય અને સોના ચાંદી કરતા પણ મોંઘુ દાન છે,

જેમાં વરરાજાના હાથમાં બાપ પોતાની દીકરીનો હાથ મૂકે છે અને કહે છે કે, આ કન્યાદાનનો સ્વીકાર કરો. અને વરરાજા ત્રણ વાર 'હા સ્વીકાર કર્યો' કહે છે. આથી કન્યાના બાપને વિશ્વાસ બેસી જાય છે કે, મારી દીકરીને પણ જમાઈ મારા જેટલી જ સાચવશે. હા કન્યાદાનએ સૌથી મોટું દાન છે.

યુવક-યુવતીનાં લગ્ન નક્કી થાય ત્યારે શુભ મુહૂર્ત જોઇ કંકોતરી લખવાથી લઇ સાસરે જઇને પણ કેટલીક માંગલિક વિધિ કરવામાં આવે છે.

અત્યારે બે કલાકમાં લગ્નવિધિ પૂરી કરી દેવામાં માનતાં લોકોને શાસ્ત્રાનુસાર માંગલિક વિધિનું મહત્વ અને તેમાં સમાયેલી ભાવના વિશે જાણકારી ચોક્કસ ગમશે.

વર-વધૂ ફેરા ફરતાં હોય ત્યારે ગોરમહારાજ મંગલાષ્ટક બોલે છે, પણ એ મંગલાષ્ટક શું છે, તેનો અર્થ શો થાય તે જો તેમને ખ્યાલ હોય તો દાંપત્યજીવનનો સાચો અર્થ સમજાઇ જાય.

અત્યારની ઝડપી જિંદગીમાં લોકો બે કલાકમાં લગ્નની તમામ વિધિ પૂરી કરી દેવાનો આગ્રહ પંડિતને કરતાં હોય છે.

પંડિત પણ ફટાફટ મંત્રોચ્ચાર કરી વર-કન્યાને એકબીજાને માળા પહેરાવવાનું કહે, વર-કન્યા ફેરા ફરતાં હોય ત્યારે બીજી તરફ જમણવાર ચાલતો હોય અને હજી તો લગ્નમાં આવેલા મહેમાનો જમે ત્યાં કન્યાવિદાયનો સમય થઇ ગયો હોય.

આવી ઝડપી લગ્નવિધિમાં પંડિત જે મંત્રોચ્ચાર કરે તેનો અર્થ કેટલા લોકો સમજતાં હશે? ત્યારે લગ્નવિધિનું ખરું મહત્વ તો આજે લોકો સાવ વિસરવા લાગ્યા છે. આજે આ અંકમાં આપણે લગ્નવિધિનું મહત્વ શું છે તે જાણીએ.

યુવક-યુવતી સ્વજનોની સાક્ષીએ, અગ્નિની સાક્ષીએ જોડાય છે, તેને આપણે લગ્ન કહીએ છીએ. લગ્ન ખરેખર તો એક સંસ્કાર છે, જેની સાથે અનેક વિધિ જોડાયેલી છે.

તેમાં સૌપ્રથમ વાગ્દાન પ્રયોગ કરીને કંકોતરી લખવામાં આવે છે. ત્યાર બાદ પ્રારંભ થાય છે, માંગલિક પ્રસંગો. શાસ્ત્ર અનુસાર લગ્નના આઠ પ્રકાર માનવામાં આવ્યા છે, પણ તેમાં અગ્નિની સાક્ષીએ લેવાતા ફેરાને બ્રાહ્મવિવાહ વિધિ કહેવાય છે.

મોટા ભાગના હિંદુ લગ્નોમાં પ્રસંગ નિર્વિઘ્ને પાર પડે તે માટે રિદ્ધિ-સિદ્ધિ સાથે ગણપતિની પૂજા કરીને માણેકસ્તંભ રોપવામાં આવે છે, ગક્ષેત્રદેવની પૂજા થાય છે.

તે પછી વર કે કન્યાને કુળની પરંપરા પ્રમાણે પીઠી ચોળવામાં આવે છે. પીઠી ચોળ્યા પછી મોટા ભાગે કન્યા કે વરને ઘરની બહાર નીકળવાની મનાઇ હોય છે. લગ્નના દિવસે વરરાજા જાન લઇને કન્યાના ઘરે આવે ત્યારે જાનનું સામૈયું થાય છે અને વરરાજાને પોંખવામાં આવે છે.

કન્યાની માતા માથે જળ ભરેલો કળશ લઇ વરરાજાને તિલક કરીને તેમનું સ્વાગત કરે છે. પોંખણાની વિધિ પૂરી થયા પછી વરરાજા અણવર, મિત્રો સાથે ચોરીમાં પધારે છે જ્યાં તેનું મધુપર્કપૂજન કરવામાં આવે છે.

આમાં વરરાજાને દર્ભના આસન પર બેસાડીને પંચામૃત પીવડાવવામાં આવે છે. તેને વિષ્ણુરૂપ માનીને કન્યાના પિતા તેના પગ ધૂએ છે.

એ પછી ગોરમહારાજ અંતરપટ રાખીને મંગળ ભાવના ધરાવતાં મંગલાષ્ટક ગાય છે. તે સાથે વારંવાર સૂચન પર આપતાં જાય છે કે 'કન્યા પધરાવો સાવધાન.'

આ સાંભળ્યા બાદ કન્યાના મામા કન્યાને ચોરીમાં લઇ આવે છે. કન્યા ચોરીમાં આવે તે પછી અંતરપટ દૂર કરીને વર-કન્યાનું પૂજન કરવામાં આવે છે.

બંને સામસામે એકબીજાને માળા પહેરાવે છે અને ગોરમહારાજ બંનેને સૂતરની વરમાળા પહેરાવે છે. વર-કન્યા પોતાના આસન પર બેસે તે પછી કન્યાના પિતા કન્યાના જમણા હાથમાં કંકુ, અક્ષત, ફૂલ, પાન, સોપારી, દક્ષિણા વગેરે આપે છે.

ત્યાર બાદ ત્રણ પેઢીનાં ગક્ષેત્રોચ્ચાર સાથે જે દિવસે લગ્ન હોય તે દિવસના નક્ષત્ર, યોગ, તિથિ વગેરેનું વર્ણન કરીને ગોરમહારાજ કન્યાદાનનો સંકલ્પ લેવડાવે છે અને પિતા કન્યાનો હાથ જળ સાથે વરરાજાના હાથમાં સોંપે છે.

આ વિધિ સાથે કન્યાનાં માતા-પિતાની જવાબદારી પૂરી થઇ ગણાય છે. કન્યાદાન પછી માંહ્યરાની વિધિ થાય છે. તેમાં ગોરમહારાજ વર-કન્યાને અગ્નિનું પૂજન કરાવે છે, નવગ્રહનો હોમ કરાવે છે.

વર-કન્યાના દ્વારા ગણપતિનું સ્મરણ, અગ્નિપૂજન તથા ક્ષેત્રપાળનું પૂજન કરાવાય છે. તે પછી મંગળફેરાની વિધિ શરૂ થાય છે.

કેટલીક વાર ફેરા ફરવા અંગે અનેક ખોટી માન્યતા જોડાયેલી હોય છે. શાસ્ત્રાનુસાર દરેક ગ્રંથમાં ચાર ફેરા ફરવાનું જણાવાયું છે. આ ચાર ફેરા ધર્મ, અર્થ, કામ અને મોક્ષ એમ વર્ણવેલા છે.

દરેક ફેરા ફરતી વખતે વર-કન્યા ક્ષેત્રપાળને જમણા પગના અંગૂઠાથી સ્પર્શ કરે છે. એમ તો કેટલાક હિંદુ સંપ્રદાયમાં સાત ફેરા ફરવાનો રિવાજ છે, પણ આ તેમની આગવી પરંપરા છે.

ફેરા પૂરા થયા પછી સપ્તાચલપૂજન કરવામાં આવે છે. તેમાં ગોરમહારાજ સાત સોપારી મૂકીને ભારતના સાત પર્વતોનું પૂજન કરાવે છે અને સાત પ્રતિજ્ઞાઓનું પઠન કરવામાં આવે છે.

તે પછી કંસારભક્ષણમ વિધિ થાય છે. કન્યાની માતા ખૂબ ભાવપૂર્વક કંસાર બનાવે છે અને ચોરીમાં આવીને તે કંસાર વર-કન્યાને પીરસે છે.

આ કંસાર વર-કન્યા એકબીજાને સામસામે પાંચ વખત ખવડાવે છે. હવે શરૂ થાય છે, અખંડ સૌભાગ્યવતીની વિધિ. આ વિધિમાં વરપક્ષ અને કન્યાપક્ષની સાત, નવ કે અગિયાર સૌભાગ્યવતી મહિલાઓ કન્યા પાસે આવે છે.

કન્યાને તિલક કરી તેના જમણા કાનમાં 'અખંડ સૌભાગ્યવતી ભવ, શિવ-પાર્વતીનું સૌભાગ્ય હજો' એવા શુભ વચન કહે છે.

આ પ્રમાણે લગ્નવિધિ પૂરો થાય છે અને પછી આવે છે એ ઘડી જ્યારે પોતાના કાળજાના કટકાને માતાપિતા બીજા કુળને દીપાવવા માટે વિદાય આપે છે. કન્યા જે ઘરમાં રમીને મોટી થઇ હોય એઘરને કંકુવાળા હાથથી થાપા લગાવે છે.

તે પછીની ઘડી એટલે એ ઘર, પરિવાર, સખી-સાહેલીઓને છોડીને શ્વસુરગૃહે પ્રસ્થાન કરવાની કપરી ઘડીએ કન્યા હવે પુત્રી મટી પુત્રવધૂ બની સાસરે રવાના થાય છે.

સાસરે આવ્યા પછી નવદંપતીને પોંખવામાં આવે છે અને નવવધૂ સાસરિયાંમાં કુમકુમ પગલાં પાડે છે. તે પછી પરંપરા પ્રમાણે છેડાછેડી છોડવી, મીંઢળ છોડવા, સોપારી રમવું વગેરે સામાજિક વિધિ સાસરિયાંમાં થાય છે અને નવદંપતી સ્વજનો,

વડીલોના આશીર્વાદ તથા મિત્રો, સખીઓની શુભેચ્છા સાથે પોતાના નવજીવનનો પ્રારંભ કરે છે.

કંકોતરી બંને પક્ષના વડીલો શુભ દિવસ જોઇ ભેગા મળે છે અને સારા ચોઘડિયામાં ગણેશજી, ઇષ્ટદેવ અને કુળદેવીનું સ્મરણ કરી કંકોત્રી લખે છે. પ્રથમ કંકોતરી કુળદેવીને લખ્યાં બાદ બંને પક્ષ એકબીજાને કંકોતરી આપે છે.

તે પછી સગાં-સંબંધીઓને કંકોતરી રૂબરૂ આપવા જવાની શુભ શરૂઆત થાય છે.

જાનપ્રસ્થાન જે દિવસે લગ્ન લેવાયાં હોય ત્યારે શુભ ચોઘડિયા અને મુહૂર્ત પ્રમાણે વરરાજા જાન લઇને કન્યાને લેવા માટે પ્રસ્થાન કરે છે. પહેલાંના

સમયમાં ઘોડે ચડીને વરરાજા લગ્ન કરવા જતાં, અત્યારે કાર, બગીગાડીનો ટ્રેન્ડ ચાલે છે. જોકે ઘોડે ચડીને કન્યાને લેવા જવાનો મોભો તો કંઇ અનેરો જ હોય છે.

વરપોંખણા કન્યાના માંડવે જાન પહોંચે એટલે જાનનું તો સામૈયું કરવામાં આવે જ છે, પણ સાસુ માથે જળ ભરેલો કળશ લઇ વરને પોંખવા આવે છે. આને વરપોંખણાની વિધિ કહે છે.

સાસુ જમાઇના કપાળે તિલક કરી તેના પર અક્ષત લગાવી વર અને જાનને આવકારે છે અને વરરાજા અણવર, મિત્રો અને જાન સાથે મંડપમાં પધારે છે.

માળા પહેરાવવી આંગણે આવીને ઊભેલા પોતાના ભાવિ ભરથારને આવકારવા કોડીલી કન્યા પણ હાથમાં ફૂલોની માળા લઇને આવી પહોંચે છે. હાથમાં ફૂલોની માળા અને ચહેરા પર સાજનને જોવાની આતુરતા સાથે શરમાતી સજની સહેલીઓ સાથે આવી વરરાજાને ફૂલોનો હાર પહેરાવે છે.

આવા સમયે બંને પક્ષ વચ્ચે મીઠી મજાકમાં વર અને કન્યાને તેડી લઇ બને એટલાં ઊંચાં કરવામાં આવે છે, જેથી હાર પહેરાવનાર તેના સુધી કેવી રીતે પહોંચે કે કેટલો સમય લગાડે છે એવી નિદોષ ટીખળ થાય છે.

ખાસ કરીને વરરાજાના મિત્રો અને કન્યાની સહેલીઓ વચ્ચે આ ચડસાચડસી વધારે હોય છે.

કન્યા પધરાવો સાવધાન આટલી વિધિ થયા પછી ગોરમહારાજ જ્યારે વરરાજા પાસે કેટલીક વિધિ કરાવે. ત્યાર બાદ મંગલાષ્ટક બોલવાની સાથે સાથે 'કન્યા પધરાવો સાવધાન'ની સૂચના આપે છે. એ વખતે કન્યાના મામા કન્યાને માંહ્યરામાં લાવે છે.

આધુનિક યુવતીઓ હવે માંહ્યરામાં સિંહાસન પર કે ફૂલોથી બનાવેલી પાલખીમાં બેસીને રાજકુમારીની માફક પધારે છે. કેમ નહીં? દીકરી આખરે માતાપિતાના રાજમાં તો એક રાજકુમારીની માફક જ ઊછરી હોય છે.

ફૂલની જેમ ઊછરેલી રાજકુમારી સાસરિયે જતાં પહેલાં થોડા લાડ કરી લે, તો એમાં નવાઇ શાની? હસ્તમેળાપ કન્યા ચોરીમાં આવે તે પછી કન્યાના પિતા કન્યાના હાથમાં કંકુ, અક્ષત, પાન, ફૂલ, દક્ષિણા વગેરે મૂકીને તેનો હાથ વરરાજાના હાથમાં આપે અને ગોરમહારાજ મંત્રોચ્ચાર કરીને તેમનો હસ્તમેળાપ કરાવે છે.

હસ્તમેળાપ પછી માતાપિતાની કન્યા પ્રત્યેની જવાબદારી પૂરી થાય છે. માંગ ભરે સજના ફેરા ફર્યા પછી વરરાજા કન્યાની સેંથીમાં કંકુ ભરીને મંગળસૂત્ર પહેરાવે છે.

વરરાજા અગ્નિ, સૂર્ય અને સ્વજનોની સાક્ષીએ કન્યાને વિધિવત્ પોતાની જીવન-સંગિની બનાવે છે. સેંથીમાં કંકુ ભરે ત્યારે જનમોજનમ સાથે રહેવાના

કોલ બંને એકબીજાને આપે છે.

સપ્તાચલપૂજન તમામ વિધિ પૂરી થયા પછી ગોરમહારાજ સાત સોપારી મૂકીને ભારતના સાત પર્વતના નામ બોલી વર-કન્યા પાસે તેની પૂજનવિધિ કરાવડાવે છે. તે સાથે નવયુગલને સાત પ્રતિજ્ઞા પણ લેવડાવે છે, જે તેમને આજીવન એકબીજાનાં સુખદુ:ખમાં સાથીદાર બની રહેવા માટેની હોય છે.

કન્યાવિદાય તમામ વિધિ પૂર્ણ થયા પછી આવે છે એ પળ, જે આનંદની સાથે અશ્રુ પણ આંખમાં લાવે છે. પિતૃગૃહેથી પતિગૃહે જતી લાડકી અને માતાપિતાનાં અંતરમાં ઉમંગની ભારોભાર દુ:ખ હોય છે.

આશિષ આપતાં પિતાના મનમાંથી પોકાર ઊઠે છે, 'કાળજા કેરો કટકો મારો ગાંઠથી છુટી ગ્યો.

હિંદુ ધર્મના ૧૬ સંસ્કારોમાં લગ્નને એક સંસ્કાર તરીકે ગણવામાં આવ્યો છે. એ લગ્ન વખતની એક એક વિધિનું આગવું મહત્ત્વ છે. જેમાં લગ્નના બીજા દિવસે પૂંખણવિધિ કરવામાં આવે છે.

ગામમાંથી સુથારીને ત્યાંથી લાકડામાંથી બનાવેલા ગણેશ અને પૂંખણિયાં લેવા માટે હોંશેહોંશે બહેનો જાય છે. એ વખતે પ્રખ્યાત લગ્નગીત ગાવે છે:

મારો સર્વે સોનાનો સૂરજ ઉગ્યો,

ભાઈ ભાઈ રે સુથારીયા વીરા વિનવું;

ઘડજો ઘડજો મારે ગણેશાં વાળી જોડ.

સુથારીના ત્યાંથી ગણેશ અને પૂંખણિયાં લાવ્યા બાદ ઘરે ગણેશની સ્થાપના કરવામાં આવે છે. અને પૂંખણિયાંથી પૂંખણની વિધિ શરુ થાય છે.

ભાઈ અને બહેન બંનેનાં લગ્નમાં પૂંખણિયાં હોય છે. દરેક પૂંખણિયાને એની વિશેષતાને આધારે લેવામાં આવ્યાં છે. જિંદગીની અલગ અલગ બાબતોને સાંકળીને એના પ્રતિકરૂપે પૂંખણિયાં બનાવવામાં આવ્યાં છે.

(૧) ધૂંસળ / ધૂંસરી – બળદના કાંધ પર મૂકવામાં આવતું આડું લાકડું / કારણ : બળદની જેમ હવે જવાબદારીથી બંધાઈને કુટુંબનો ભાર વહન કરવાનો છે/ ઘરની ધુરા સંભાળવાની છે.

(૨) મુશળ / સાંબેલું

ખાંડવા માટે વપરાતું / કારણ : સાંબેલા જેવું કઠણ બનવાનું છે. સુખ અને દુ:ખમાં સાંબેલાની જેમ કઠણ બનીને જિંદગી જીવવાની છે.

(૩) રવૈયો

કારણ : જિંદગીમાં આવતાં સુખ અને દુ:ખને વલોવીને એકરસ કરીને જિંદગી વિતાવવાની છે. પરિવાર સાથે હળીમળીને રહેવાનું છે.

(૪) ત્રાક

સીધો સળિયો / કારણ : ત્રાકની જેમ સુખ અને દુ:ખમાં અડગ ઉભા રહીને પરિવારને હિંમત પૂરી પાડવાની છે. જિંદગીમાં આવતી સુખ દુ:ખની ગાંઠોને ઉકેલવાની છે.

(પ) માણેકથંભ (માણેકસ્તંભ) / માંડવો : માંડવાનો અર્થ વિજયસ્તંભ અને છોકરી કે સ્ત્રી એવો પણ થાય છે. એના પરથી 'માંડવો આવવો' એવો રૂઢિપ્રયોગ છોકરી જન્મે કરવામાં આવતો હોય છે. / કારણ : જિંદગીની રેસમાં સફળ થવાના પ્રતિક રૂપે માણેકથંભ રોપવામાં આવે છે.

લગ્નપ્રસંગ વખતે કન્યા પક્ષે જે માંડવો રોપાય તે માંડવો (માણેકથંભ) અને વરરાજાને પૂંખવા માટે (સ્વાગત માટે) પૂંખણિયા વપરાય છે.

વિશેષતાઓ :

જે પૂંખણિયાં સુથાર કારીગર બનાવે છે.

પૂંખણિયા પવિત્ર વૃક્ષોના લીલા લાકડા (તરત કપાયેલા) માંથી બનાવવવામાં આવે છે. સૂકા લાકડામાંથી બનાવવામાં આવતાં નથી.

પૂંખણિયા બનાવતી વખતે તેમાંથી વધતો લાકડાનો વહેર કે બીજું વધારાનું લાકડું બળતણમાં વાપરવામાં આવતું નથી. તેને સારી જગ્યાએ મૂકવામાં આવે છે.

લગ્નમાં માળા પહેરવાની વિધિ ઘણી જૂની છે. વરમાળાની વિધિનો ઉલ્લેખ પૌરાણિક કથાઓમાં પણ જોવા મળે છે. વર-કન્યા દ્વારા એકબીજાને હાર પહેરાવવાનો અર્થ એ છે કે તેઓએ એકબીજાને સ્વીકારી લીધા છે.

પ્રાચીન સમયમાં ગાંધર્વ વિવાહ પણ આવી જ રીતે થતા હતા. વરરાજા અને દુલ્હન એકબીજાને હાર પહેરાવીને તેમની મંજૂરી મેળવી શકે છે.

લગ્ન ઉપરાંત સ્વયંવરમાં પણ માળા પણ પહેરાવવામાં આવે છે. શિવપુરાણ અનુસાર, શિવ અને પાર્વતીએ તેમના લગ્ન દરમિયાન એકબીજાને માળા પહેરાવી હતી.

વરરાજાના બુટની ચોરી કરવાની વિધિ કન્યાના પરિવાર દ્વારા કરવામાં આવે છે. જ્યારે વરરાજા તેના બુટ ઉતારે છે અને મંડપમાં બેસે છે,

ત્યારે કન્યાની બહેનો બુટ ચોરી કરવાનો પ્રયાસ કરે છે અને વરરાજાના ભાઈઓ અને મિત્રો બચાવવાનો પ્રયાસ કરે છે. બુટ ચોરવાની વિધિમાં, વરરાજા સાળીઓને શગુન આપ્યા પછી જ બુટ પાછા લઈ શકે છે.

આ એક ખૂબ જ રસપ્રદ અને મનોરંજક ધાર્મિક વિધિ છે. આમાં, વર અને વધુ પક્ષના લોકો પોતપોતાના પક્ષોને સમર્થન આપે છે.

લગ્નમાં બુટ ચોરવાની આ વિધિ પાછળ અનેક કારણો આપવામાં આવે છે. એવું કહેવાય છે કે વ્યક્તિના જૂતા તેના વિશે ઘણા રહસ્યો જાહેર કરી શકે છે.

આવી સ્થિતિમાં, બુટની ચોરી કરવાની આ વિધિની સાથે, કન્યાની બહેન અથવા મિત્રો તેમના જીજાના વ્યક્તિત્વની પરીક્ષા પણ લે છે.

એવું માનવામાં આવે છે કે બુટ ચોરી કરવાની આ વિધિ દરમિયાન બંને પરિવારો વચ્ચે વાતચીત થાય છે,

જેના કારણે સંબંધ વધુ મજબૂત અને સારા બને છે. આમાં બંને પરિવારો વચ્ચે હાસ્ય અને ખુશીની વસ્તુઓ પણ વહેંચવામાં આવે છે. આમ કરવાથી બંને પરિવાર વચ્ચેના સંબંધો મજબૂત બનેછે.

લગ્નની તારીખ નક્કી થાય ત્યારે..લગ્નની તૈયારી માટે સૌથી મહત્ત્વનું એ છે કે તમે માનસિક રીતે તૈયાર રહો. લગ્નના પ્લાનિંગ સાથે ખુશીથી જોડાવ અને તેનો પૂરો આનંદ લો.

એક નોટબુક અથવા પ્લાનર ખરીદી લો જેમાં કેલેન્ડર અને પોકેટ્સ હોય જેથી તારીખ અને સમય અનુસાર બધાનાં નામ-સરનામાં નોંધી શકાય. આમ કરવું લાભદાયક રહેશે. કારણ કે એનાથી તમને બધું એક જ જગ્યાએ મળી રહેશે.

લગ્ન સાથે જોડાયેલી બધી જ રસમ અને રીત-રિવાજની જાણકારી મેળવી લો. એ રસમો ક્યારે, કઈ જગ્યાએ પૂરી કરવાની છે એ પણ નક્કી કરી લો.

6 મહિના પહેલા...સૌ પ્રથમ તમારી જરૂરિયાત અને આર્થિક સ્થિતિ અનુસાર લગ્નનું બજેટ નક્કી કરો.

બજેટ બનાવતી વખતે ૨૫ ટકા વધારે ખર્ચની શક્યતાને ધ્યાનમાં લઈને જ બજેટ બનાવવું. એવા કેટલાય ખર્ચા હોય છે જેના વિશે આપણે વિચાર્યું પણ નથી હોતું.

લગ્નના પ્લાનિંગમાં એ પણ મહત્ત્વનું છે કે કેટલીક બાબતો બન્ને પક્ષ મળીને નક્કી કરે. એવામાં ક્યારેક સાસરા પક્ષની સલાહ પણ લેવી જેથી તેઓ શું વિચારે છે એ જાણી શકાય.

જો તમારું બજેટ ઓછું હોય તો માત્ર દેખાડો કરવા માટે ખોટા ખર્ચા ન કરો. તમારા નજીકનાં સગાંને આમંત્રણ આપીને સાદાઈથી પણ લગ્ન કરી શકાય છે.

લગ્ન અને રિસેપ્શન માટેનો હોલ પહેલા જ બુક કરાવી લેવો અને એ પણ અગાઉથી જાણી લેવું કે જો કોઈ કારણસર લગ્નની તારીખ આગળ-પાછળ થાય તો કેન્સલેશન, રિફંડ અને રિશેડયુલિંગની શું વ્યવસ્થા છે.

હનીમૂન અને તેનું બજેટ પણ છ મહિના પહેલા જ નક્કી કરી લેવું. જરૂરી બુકિંગ પણ કરાવી લેવું. કારણ કે સીઝનમાં ખૂબ જ મુશ્કેલી થાય છે.

કેટરર, વિડિયો શૂટિંગ, ડીજે, ફૂલવાળા, બેન્ડવાજા, ઘોડી, ગોર મહારાજ વગેરેની જાણકારી મેળવવાની શરૂ કરી દેવી જેથી માર્કેટ રેટ ખબર પડે. કેટરર બુક કરતા પહેલા તેનું ભોજન ચાખી જોવું. એનાથી વાનગીઓનો સ્વાદ અને

વેરાયટીઓનો અંદાજ આવી શકશે.

મહેમાનોની યાદી બનાવી લેવી જેથી જમણવારનું બજેટ બનાવવામાં સરળતા રહેશે.

લગ્નને દિવસે પહેરવાનો હોય એ પોશાક અને જ્વેલરી ડિઝાઈન્સ પણ પાંચ-છ મહિના પહેલાથી જ જોવાની શરૂ કરી દો જેથી સમયસર એ બન્ને વસ્તુ તૈયાર કરાવી શકાય.

4 મહિના પહેલા...લગ્નની કંકોત્રી પસંદ કરી લો અને ઘરમાં બધાની સલાહ લઈ યોગ્ય લખાણ બનાવી પ્રિન્ટિંગનો ઓર્ડર આપી દેવો.

મહેમાનો અને સગાંવહાલાંને આપવાની ભેટવસ્તુઓ પણ ખરીદી લો.

ઘરમાં રંગકામ, ફર્નીચર અથવા અન્ય જરૂરી ડેકોરેશન પણ કરાવી લેવું.

બ્યુટીશિયન અને મહેંદીવાળીને પણ બુક કરી લો. અન્યથા લગ્નની સિઝનમાં તેઓ સમય પર નહિ મળે અને મોં માંગી કિંમત લેશે.

ડાયેટિશિયનને મળીને તમારો ડાયેટ પ્લાન બનાવીને એ અમલમાં મૂકવાનું શરૂ કરી દો.

તમારા ભાવિ જીવનસાથી સાથે હેલ્થ ચેકઅપ અને કાઉન્સેલિંગ પણ કરાવી લેવું. આનાથી લગ્ન વિષયક ચિંતા અને ડર દૂર થઈ જશે.

2- 3 મહિના પહેલા...લગ્નના બે-ત્રણ મહિના પહેલા મહેમાનોની યાદી પર ફરી એક વખત વિચાર કરી લો. આમંત્રણ-પત્રિકા મોકલવાનું શરૂ કરી દો અને કોણ-કોણ આવવાનું છે એ પણ કન્ફર્મ કરી લેવું.

હનીમૂનની શોપિંગ પણ બે મહિના પહેલાથી જ કરી લેવી.

ભાવિ જીવન વિશે હકારાત્મક વિચારો રાખવા અને વચ્ચે-વચ્ચે તમારા પાર્ટનરને પણ મળતા રહેવું.

1 મહિના પહેલા...ઘર માટે અનાજ, કઠોળ, સૂકા મેવા વગેરે જરૂરી ચીજવસ્તુઓ ભરાવી લેવી.

એક મહિના પહેલા ટ્રાન્સપોર્ટેશનની વ્યવસ્થા ફરી ચેક કરી લેવી જેથી છેલ્લી ઘડીએ કોઈ અડચણ ન આવે.

ડીજે, વિડિયો શૂટિંગવાળા અને કેટરર સાથે ફરી એક વખત વાત કરી લેવી.

જો કોઈ મહેમાનને આમંત્રણ આપવાનું બાકી રહી ગયું હોય કે કંકોત્રી ઓછી પડી હોય તો ઇ-મેઈલ અથવા ફોન કરીને આમંત્રણ આપી દેવું.

10- 15 દિવસ પહેલા...લગ્નના પંદર દિવસ પહેલા જોઈ લેવું કે બધી વ્યવસ્થા પૂરી થઈ ગઈ છે કે નહિ. દુલ્હા-દુલ્હને પોતપોતાનો સામાન પેક કરી લેવો.

પાડોશમાં રહેતા લોકોને આમંત્રણ આપી દેવું.

મહેમાનોએ જ્યાં રોકાવાનું હોય ત્યાંની બધી વ્યવસ્થા જેમ કે ચાદર, તકિયા, ગાદલાં, ખાવા-પીવાની વ્યવસ્થા વગેરે બધું બરાબર ચેક કરી લેવું.

થોડા દિવસ માટે રસોઈ કરનારા મહારાજ, વાસણ-કપડાં ધોવા માટે, સાફ-સફાઈ કરવા માટે બાઈ રાખી લેવી. જેથી તમે થોડી રાહત અનુભવી શકશો.

આટલાં કામ અને દોડધામ વચ્ચે પણ તમે તમારી તબિયતનું ધ્યાન રાખો અને ખુશ રહો. લગ્નના પ્લાનિંગને બોજ ન સમજો આ બધાં કામનો આનંદ લો.

સોળ સંસ્કારો માહેલો બારમો લગ્ન સંસ્કાર અતિ મહત્ત્વનો છે. લગ્ન સંસ્કારથી બ્રહ્મચર્યાશ્રમમાં રહેલી વ્યક્તિનો ગૃહસ્થાશ્રમમાં પ્રવેશ થાય છે.

સામાજિક જીવનના આધારે ધર્મ, અર્થ, કામ અને મોક્ષની સાધનામાં પ્રવૃત્ત થાય છે. હિન્દુ ધર્મમાં ગૃહસ્થાશ્રમને બ્રહ્મચર્યાશ્રમ, વાનપ્રસ્થાશ્રમ અને સન્યાસાશ્રમનો પોષક કહ્યો છે.

વિશ્વમાં લગભગ તમામ ધર્મી કે જાતિના લોકોમાં કોઇને કોઇ રીતે લગ્ન સંસ્કારની પ્રથા પ્રચલિત છે. લગ્ન માટે વિવાહ, પાણિગ્રહણ, પરિણય વગેરે શબ્દો પ્રચલિત છે.

ભારતીય સંસ્કૃતિ અનુસાર વિવાહ એ એક ધાર્મિક વિધિ છે. જૂદા જૂદા બે પરિવાર- કુટુંબના સ્ત્રી અને પુરુષનું પ્રેમના તાંતણે જોડાણ થાય છે. આ જોડાણથી એક પરિવારનો વંશ આગળ વધે છે.

લગ્ન સંસ્કારમાં સાથે જોડાયેલા સ્ત્રી-પુરુષનો દાંપત્ય સંબંધ જીવન પર્યંતનો હોય છે. લગ્ન સંસ્કાર ભલે એક ધાર્મિક વિધિ છે, પરંતુ તેનો વ્યક્તિ અને સમાજ ઉપર ખૂબ ઊંડો પ્રભાવ પડે છે.

વિવાહ હીનાંગપૂર્તિ માટેનો સંસ્કાર છે. વિવાહ દ્વારા બે દ્વંદ્વ શક્તિઓનું વિધિવત્ જોડાણ થાય છે. સ્ત્રી વિના પુરુષ અધુરો છે અને પુરુષ વિના સ્ત્રી અધુરી છે. બન્નેનું વિધિવત જોડાણ બન્ને પાત્રોને પૂર્ણ બનાવે છે અને સૃષ્ટિનું રચનાત્મક કાર્ય આગળ વધે છે.

વિવાહને એક સામાજિક સંસ્થા તરીકે પણ ઓળખવામાં આવે છે, તેથી ગૃહસ્થએ વંશ વિસ્તાર, ગૃહસ્થ વ્યક્તિએ નિત્ય કરવાના પંચ મહાયજ્ઞ તથા પરિવાર, સમાજ અને રાષ્ટ્ર પ્રત્યેની પોતાની ફરજો ગૃહસ્થોએ પૂરી કરવાની હોય છે.

ગૃહસ્થોએ જીવનમાં રહેલી કામનાને નિયંત્રિત કરી સામાજિક સેવાકાર્યોની સાથે સાથે મોક્ષ પ્રાપ્તિના માર્ગે આગળ વધવાનું હોય છે. આપણી સંસ્કૃતિમાં લગ્નને એક યજ્ઞ માનવામાં આવ્યો છે.

પૂજારીની મદદથી પુત્ર/પુત્રીના મેળ કરવા માટે જાતક અથવા જન્મ કુંડલી (જન્મ સમયે જ્યોતિષીય ચાર્ટ) નો ઉપયોગ સામાન્ય છે, પરંતુ સાર્વત્રિક નથી.

માતા-પિતા તમિલમાં 'જોથીદાર' અથવા તેલુગુમાં 'પંથુલું અથવા સિદ્ધાંતી' અને ઉત્તર ભારતમાં 'કુંડલી મિલાન' કહેવાતા બ્રાહ્મણ પાસેથી સલાહ લે છે, જે ઘણા લગ્નેચ્છુક લોકોની વિગતો ધરાવે છે.

કેટલાક સમુદાયો, જેમ કે મિથિલાના બ્રાહ્મણો, નિષ્ણાતો દ્વારા જાળવવામાં આવતા વંશાવળી રેકોર્ડ ("પંજિકાઓ") નો ઉપયોગ કરે છે.

જન્મ સમયે તારાઓ અને ગ્રહોની ગોઠવણના આધારે જાતક અથવા કુંડલી દોરવામાં આવે છે. કોઈપણ મેળાપ માટે મહત્તમ 36 ગુણાંકો અને મેળાપ માટે ન્યૂનતમ 18 ગુણાંકો છે.

18થી ઓછા ગુણાંકો સાથેના કોઈપણ યુગલને સુમેળભર્યા સંબંધો માટે શુભ મેળાપ માનવામાં આવતો નથી, પરંતુ તે લોકોની ઉદારતા પર નિર્ભર કરે છે કે તેઓ ઈચ્છે તો હજી પણ લગ્ન કરી શકે છે.

જો બે વ્યક્તિઓ (પુરુષ અને સ્ત્રી)ની કુંડલી ગુણાંકોમાં આવશ્યક ગુણ પ્રાપ્ત કરે છે, તો સંભવિત લગ્ન માટે આગળની વાટાઘાટો કરવામાં આવે છે.

તેમજ પુરુષ અને સ્ત્રીને એકબીજા સાથે વાત કરવાની અને સમજવાની તક આપવામાં આવે છે. એકવાર સમજૂતી થઈ જાય પછી લગ્ન થવા માટે શુભ સમયની પસંદગી કરવામાં આવે છે.

તાજેતરના વર્ષોમાં, ભારતમાં ડેટિંગ સંસ્કૃતિની શરૂઆત સાથે, ગોઠવાયેલા લગ્ન અને જન્માક્ષરના વિશ્લેષણમાં થોડો ઘટાડો જોવા મળ્યો છે,

જેમાં સંભવિત વર અને કન્યા પોતાના જીવનસાથીને જાતે પસંદ કરવાનું પસંદ કરે છે અને નહીં કે તેમના માતાપિતા પસંદ કરે તે જ.

ગ્રામીણ પ્રદેશો કરતા શહેરી અને પરા વિસ્તારોમાં આ વધુ જોવા મળે છે. આજે હિંદુઓમાં લગ્નની સંસ્કૃતિ પ્રેમ-ગોઠવેલા લગ્ન અથવા ગોઠવેલા-પ્રેમ લગ્નની આવી નવી સંકલ્પના છે.

મનુષ્યો ઉપર ઋષિઋણ, દેવઋણ અને પિતૃઋણ - આ ત્રણ ઋણ હોય છે. યજ્ઞ-યાગાદિથી દેવઋણ, શાસ્ત્રોના અધ્યયનથી ઋષિઋણ અને પુત્રપ્રાપ્તિથી પિતૃઋણમાંથી મુક્ત થઇ શકાય છે.

આ ઋણમાંથી મુક્તિ મેળવવા વિવાહ કરવા આવશ્યક છે. માટે હિન્દુ ધર્મમાં વિવાહને પવિત્ર સંસ્કાર માનવામાં આવ્યો છે.

માવન જીવનનું અંતિમ ધ્યેય મોક્ષ પ્રાપ્તિ છે. એ ધ્યેયને મેળવવા માર્ગમાં અંતરાયરૂપ થતી જન્મજન્માંતરથી જીવ સાથે જોડાયેલી વિષયવાસનાના વેગને મંદ પાડવા તથા સંસારમાંથી વૈરાગ્ય જગાડવા વિવાહ જરૂરી બને છે.

સંસારની મૃગજળવત્ રમણીયતા પાછળ રહેલા દુઃખો સમજણ વિના દેખાતા નથી. અગ્નિની ઉષ્ણતાનો અનુભવ કરનાર ફરીવાર અગ્નિમાં હાથ ન

નાખે તેમ આભાસી સુખમાં રહેલી અસારતાને ઓળખવા શાસ્ત્રોમાં ગૃહસ્થાશ્રમ કરવાનું કહ્યું છે.

આપણા શાસ્ત્રોમાં વિવાહના આઠ પ્રકાર ગણાવ્યા છે. બ્રાહ્મ વિવાહ, દૈવ વિવાહ, આર્ષ વિવાહ, પ્રાજાપત્ય વિવાહ, આસુરી વિવાહ, ગાંધર્વ વિવાહ, રાક્ષસી વિવાહ અને પિશાચી વિવાહ. જેમાં પ્રથમ ચારને ઉત્તમ અને છેલ્લા ચારને અધમ ગણવામાં આવ્યા છે.

૧. બ્રાહ્મ વિવાહ : કન્યાના પિતા વિદ્વાન તથા શીલસંપન્ન પુરુષનો વિધિ પૂર્વક સત્કાર કરી, તેની પાસેથી કંઇ લીધા વિના યથાશક્તિ દક્ષિણા સાથે વસ્ત્રાભૂષણોથી અલંકૃત કન્યાનું દાન કરે છે. આ વિવાહને સૌથી ઉત્તમ માનવામાં આવ્યા છે.

૨. દૈવ વિવાહ : સદ્ગુણી અને કર્મઠ વ્યકિતને વિધિપૂર્વક કન્યાદાન આપવું, તેને દૈવ વિવાહ કહેવાય છે.

૩. આર્ષ વિવાહ : આ વિવાહમાં કન્યાના પિતા પુરુષ પાસેથી ગાય, બળદ કે અન્ય વસ્તુ ધર્મપૂર્વક સ્વીકારી કન્યાદાન કરે છે.

૪. પ્રાજાપત્ય વિવાહ : કન્યા પુરુષ સાથે મળી ધાર્મિક તથા સામાજિક કર્તવ્યોમાં જોડાય તેવા ઉદ્દેશથી કરાતું કન્યાદાન પ્રાજાપત્ય વિવાહ કહેવાય છે.

ઉપર્યુક્ત ચાર પ્રકારના વિવાહને ઉત્કૃષ્ટ માનવામાં આવે છે. એમાં અલંકારોથી સુસજ્જિત કન્યાનું દાન ધર્મપૂર્વક કરવામાં આવે છે. આ ચાર પ્રકારના વિવાહોમાં ઉપલક ભેદ છે,

પાયાના કોઇ ભેદ જણાતા નથી. ચારેય પ્રકારમાં યોગ્ય પતિની પસંદગી, કન્યાદાન તથા પૂર્ણ ધાર્મિક વિધિ થાય છે તથા સામાજિકતા, ધાર્મિકતા અને સંસ્કારિતતાના દર્શન થાય છે. આથી આ પ્રકારના વિવાહો સર્વને માટે સુખદાયી નીવડે છે.

૫. આસુરી વિવાહ : કન્યા વિક્રય અથવા પુરુષ વિક્રય કરી (દહેજની લેવડ-દેવડ કરી)કરાતા લગ્નને આસુરી વિવાહ કહેવામાં આવે છે.

૬. ગાંધર્વ વિવાહ : પુરુષ તથા સ્ત્રી પરસ્પરની પસંદગીથી પ્રેમભાવને વશ થઇ કરાતા કામોપભોગને ગાંધર્વ વિવાહ કહે છે.

૭. રાક્ષસી વિવાહ : કન્યાનું અપહરણ કરી તેની અનીચ્છા હોવા છતાં કરાતા લગ્નને રાક્ષસી લગ્ન કહે છે.

૮. પિશાચી વિવાહ : ગાઢ નિદ્રામાં સુતેલી, મદ્યમત તથા બેભાન અવસ્થામાં પડેલી કન્યા સાથેનો કામોપભોગ પિશાચી વિવાહ કહેવાય છે.

આ ઉપરાંત પુરાતન કાળમાં બહુપત્નીત્વની પ્રથા પ્રચલિત હતી. બહુપત્નીત્વની પ્રથા રાજાઓ, અમાત્યો તથા શ્રેષ્ઠીઓની શ્રીમંતાઇની પ્રતિષ્ઠા

મનાતી. કોઇ વખત પુરુષ નિઃસંતાનત્વને કારણે બીજા વિવાહ કરતો.

પ્રથમ પતિ-પત્નીના મૃત્યુ પછી પણ બીજા વિવાહ કરવામાં આવતા. તેમજ આજના સમયમાં સમાજમાં મૈત્રીકરાર પ્રથા પ્રચલિત જોવા મળે છે.

વિવિધ સંસ્કૃતિ તથા રીત-રીવાજ મુજબ સમાજમાં આજે સગાઇથી માંડીને વિવાહ સુધીની પ્રક્રિયામાં અનેક પ્રકારના વિધિ-વિધાન જોવા મળે છે. યાજ્ઞવલ્ક્ય સ્મૃતિમાં કન્યા તથા વરની પસંદગી કેવી રીતે કરવી તેની વિસ્તૃત માહિતી જોવા મળે છે.

સગાઇ દરમિયાન અથવા વિવાહ દરમિયાન થતી વિધિઓ અનેક રહસ્યોયુક્ત હોય છે. મંડપ સ્થાપન, પીઠી ચોળવી, પોંખણા, હસ્તમેળાપ, છેડાછેડી, કંસારની વિધિ, કન્યાદાન, હોમ, ફેરા, સપ્તપદી વગેરે વિધિના રહસ્યોને સમજીને જો અમલમાં મુકવામાં આવે તો દાંપત્યજીવન મધુર બની રહે છે.

ભારતના જુદા જુદા ભાગોમાં પરિણિત હિન્દુ મહિલાઓ જુદા જુદા રીતરિવાજો પાળે છે. મોટે ભાગે સિંદૂર, મંગલસૂત્ર અને બંગડીઓ વિવાહિત સ્ત્રીના સંકેતો તરીકે માનવામાં આવે છે.

વરે કન્યાના ગળામાં બાંધેલું મંગળસૂત્ર, વિવાહિત યુગલને ખરાબ નજરથી બચાવવા અને પતિના જીવનની આયુષ્યનું પ્રતીક માનવામાં આવે છે. જો મંગળસૂત્ર ખોવાઈ જાય અથવા તૂટી જાય તો તે અશુભ સંકેત બને છે.

સ્ત્રીઓ તેમના પતિ પ્રત્યેની તેમની ફરજની યાદગીરી તરીકે દરરોજ તેને પહેરે છે.

સિંદૂર એ બીજું નોંધપાત્ર પ્રતીક છે - જ્યારે સ્ત્રી સિંદૂર લગાડતી નથી, ત્યારે તેનો અર્થ સામાન્ય રીતે વિધવા હોય છે. બિંદી (ચાંદલો), એક કપાળની સજાવટ, મોટે ભાગે પત્નીઓ દ્વારા લગાડવામાં આવે છે, જેને "ત્રીજી આંખ" તરીકે માનવામાં આવે છે, અને તે ખરાબ નસીબને દૂર રાખે છે.

લગ્ન વિધિની સમજણ

લગ્ન પ્રસંગે થતી વિધિઓ અવાર-નવાર નિહાળીયે અને સાંભળીયે છીએ, પરંતુ એ વિધિનો મર્મ શું છે ? તે આપણે જાણતા હોતા નથી. વરરાજા પરણવા આવે ત્યારે તેમને પોંખવામાં આવે છે.

આ વિધિ વખતે બ્રાહ્મણ લાકડાનો બનાવેલો નાનો રવઇયો, મુશળ ધુસરી, તરાક વરરાજાના માથેથી ઉતારે છે અને પગથી કોડિયું ભંગાવી પ્રવેશ કરાવે છે. આ દરેક વિધિઓ પાછળ સુંદર અર્થી રહેલા છે, જે ટુંકમાં અહીં જોઇએ. ૭

લગ્ન :- બે વિજાતિય દેહના વિધિ પૂર્વકના જોડાણને લગ્ન કહે છે. પણ તેનો ખરો અર્થ તો એવો છે કે બે દેહ દ્વારા બે મન એક કરવા. જેનાથી પ્રેમ પ્રગટે,

આત્મિયતા વધે એ જ ખરા લગ્ન છે.

વરઘોડો :- ઇન્દ્રિયો રુપી ઘોડાને અંકુશમાં રાખવા માટેની ચેતવણીનું આ પ્રથમ પગલું છે.

પોંખણું :- વરરાજા પરણવા આવે ત્યારે તેમને લાકડાના બનાવેલા નાના રવઇ, મુશળ, ધુંસરી અને તરાકથી સાસુ પોંખે છે. તેનો અર્થ આ પ્રમાણે છે.

રવઇયો :- માખણ કાઢવા માટે જેમ દહીંને રવૈયાથી વલોવવામાં આવે તેમ દાંપત્ય જીવનને પ્રેમમય બનાવવા માટે મનના તરંગોનું મંથન કરીને પ્રેમનું દોહન કરવા જણાવે છે.

મુશળ :- વાસનાઓને મુશળ (સાંબેલા)થી ખાંડી નાખી, પ્રેમ પ્રગટાવવાનું કહે છે.

ધુંસરી :- સંસાર રુપી રથને પતિ-પત્ની રુપી બે ચાલકો છે. આ બંને ચાલકો શિલ અને સંયમના ચીલામાં સમાંતર રુપે ચાલીને જીવન રથને સહકાર અને પ્રેમથી ખેંચી સુખી થાય, એમ કહેવા માગે છે.

તરાક :- લગ્ન જીવન રેંટિયા જેવું છે. પતિ-પત્ની રુપી બે ચકને પ્રેમની દોરી વડે આ તરાક (ચાક)ને બંધાયેલા અને ફરતા રાખે તો જ સ્નેહ રુપી સુતર નીકળે એમ કહેવાનો મતલબ છે.

આમ પોંખવા આવનાર સાસુ વરને માયરામાં આવતા પહેલા સાવધાન કરે છે. એનો જવાબ વર સંપુટ તોડીને આપે છે.

સંપુટ :- વરને પોંખી લીધા પછી બે કોડિયાના સંપુટને પગ તળે ભાંગીને વર માયરામાં પ્રવેશે છે. આનાથી વર એમ કહેવા માંગે છે કે તમારી ચેતવણી હું સમજ્યો છું,

આજથી મારા એકલાની આશા, ઇચ્છા, અરમાનો પર હું હવે નહિ ચાલું. એનો અહિં ભાંગીને ભુક્કો કરું છું. હવેથી અમારા બંનેની આશા, ઇચ્છા અને અરમાનો એક હશે અને તે પ્રમાણે જ સાથે મળી જીવન યાત્રા કરીશું.

વરમાળા :- ફૂલના હારથી વર-કન્યા અરસ પરસનું સ્વાગત કરે છે, પણ ગોરબાપા સુતરની એક આંટી બંનેના ગળામાં પહેરાવે છે. આમ એક જ હારથી બંનેના હૈયા એક કરવાનો પ્રયાસ છે.

હસ્તમેળાપ :- લગ્ન વિધિનું આ મુખ્ય અંગ છે. પોતાની પુત્રીનો હાથ (પાણિ) મા-બાપ વરરાજાને સોંપે છે અને વરરાજા તેનો સ્વીકાર (ગ્રહણ) કરે છે. આ વિધિને પાણિગ્રહણ કહે છે.

અને એથી થતો હસ્તમેળાપ હૈયા મેળાપ બની જાય છે. આ વિધિથી વરઘોડિયાના હૈયામાં આત્મિયતા પ્રગટે છે. સાથોસાથ જાનૈયા-માંડવિયાના મન પણ આનંદ અને ઉલ્લાસથી નાચી ઉઠે છે.

મંગળ ફેરા :- લગ્નના ચાર ફેરા એ પુરુષાર્થના ફેરા છે : ધર્મ, અર્થ, કામ અને મોક્ષ. ચાર ફેરા ફરવામાં પ્રથમના ત્રણ ફેરામાં પુરુષ આગળ હોય છે અને ચોથા ફેરામાં સ્ત્રી આગળ હોય છે. તો પ્રથમના ત્રણ ફેરાના ત્રણ પુરુષાર્થ: (૧) ધર્મ-ધર્મ પાળવો પળાવવો, (૨) અર્થ-પૈસા કમાવા, (૩) કામ-લગ્ન જીવનના સંયમપૂર્વકના હક્કો, આ ત્રણેમાં પુરુષ આગળ હોય છે અને પત્ની એને અનુસરે છે.

થોડાં વિસ્તારથી સમજીએ તો (૧) ધર્મઃ- સ્ત્રીના પિયરમાં ગમે તે ધર્મ પળાતો હોય પણ પરણ્યા પછી પતિ જે ધર્મ પાળતો હોય તેને જ સ્ત્રી અનુસરે છે અને બીજા ધર્મી, પતિ પ્રત્યેના ધર્મી, કુટુંબ પ્રત્યેના ધર્મી, ઘરના વડિલો પ્રત્યેના ધર્મી, સંતાનો પ્રત્યેના ધર્મી, સગાં-સંબંધી અને સમાજ પ્રત્યેના ધર્મી વગેરે ધર્મી પણ પતિની મરજી અનુસાર પાળે છે. (૨) અર્થ :- પતિ કમાઇને પૈસા લાવે તેનાથી પત્ની ઘરનું, કુટુંબનું પોષણ કરે છે. (૩) કામ :- સ્ત્રી એ લજ્જાનું પ્રતિક છે. વંશવૃદ્ધિ અર્થે એ હંમેશા પતિને અનુસરે છે.

આ ત્રણેય - ધર્મ, અર્થ અને કામ એ પતિ-પત્નીની ઇચ્છાનુસાર થઇ શક્તા પુરુષાર્થી છે. જ્યારે ચોથો ફેરો મોક્ષ એ કોઇની ઇચ્છાનુસાર મળતો નથી. એ તો ધર્મીના નિયમ પાલન અને સેવા સુશ્રુષાથી જ મળે છે અને એમાં સ્ત્રી હંમેશા આગળ હોય છે.

સહનશક્તિ, સદાચાર, શીલ આદિ ગુણો સ્ત્રીઓમાં સ્વાભાવિક છે. પતિ, સાસુ, સસરા, વડિલો પ્રત્યેનો આદર, સેવા-સમભાવ, નોકરો, ગરીબો પ્રત્યે કરુણા તથા સંતાનો પ્રત્યે સમતા-મમતા.

આ બધા ગુણોનો સમન્વય એટલે સ્ત્રી અને એથી જ એના આવા ગુણોને લીધે તે મોક્ષના માર્ગ પર પુરુષ કરતા આગળ છે અને એટલે લગ્નના ચોથા ફેરામાં સ્ત્રી આગળ હોય છે.

સપ્તપદી :- આ શ્લોકો ગોરબાપા બોલતા હોય છે. એ દ્વારા વર-કન્યા અરસ-પરસ સાત પ્રતિજ્ઞાઓ લે છે અને એક બીજાને વફાદાર તેમજ સહાયભૂત થવાના કોલ આપે છે.

મંગલાષ્ટક :- લગ્નવિધિ પૂરો થતાં ગોરબાપા નવદંપતિને આશિર્વાદ આપતા શ્લોકો બોલે છે અને તેમનું દાંપત્ય જીવન સરળ, સફળ અને પ્રસન્ન નિવડે એવી મંગલ કામનાઓ કરે છે.

રામ દિવડો :- વિદાય વખતે કન્યાની મા પ્રગટાવેલ દિવડો હાથમાં લઇને વિદાય આપવા આવે છે. આનાથી એ એમ કહેવા માંગે છે કે હે દિકરી ! તેં તારી સેવા, સુશ્રુષા અને સદ્ગુણોથી જેમ તારા પિતાનું ઘર અજવાળ્યું છે તેમ જ હવે તું એ સંસ્કારોથી તારા પતિના ઘરને પણ અજવાળજે.

શાસ્ત્રોમાં ક્યાંક વિવાહ સંસ્કાર પછી અગ્ન્યાધાન સંસ્કારનો ઉલ્લેખ જોવા મળે છે. આ સંસ્કારને પણ સોળ સંસ્કાર અંતર્ગત સમાવેશ કરવામાં આવ્યો છે.

અગ્ન્યાધાન સંસ્કાર

અગ્નિરિધીયતે શ્રૌતેન સ્માર્તેન વા કર્મવશિષેણ્તત્યગ્ન્યાધાનમ્ ।

અગ્ન્યાધાન સંસ્કાર વિશિષ્ટ રીતે અગ્નિ સાથે જોડાયેલો છે. વિવાહ સમયે જવ, તલ આદિ દ્રવ્યોથી હોમથી પ્રગટાવેલા અગ્નિને વિવાહાગ્નિ કહે છે. આ અગ્નિનું સંરક્ષણ ગૃહસ્થોએ જીવનપર્યંત કરવાનું હોય છે.

શાસ્ત્રોમાં ગૃહસ્થએ પ્રાતઃ સ્નાન કર્યા પછી નિત્ય અગ્નિકાર્ય કરવાનું વિધાન છે, જેને ગાર્હસ્થાગ્નિ કહેવામાં આવે છે. વિવાહ સંસ્કાર થયા બાદ પતિને પત્ની સાથે યજ્ઞકર્મ કરવાનો અધિકાર પ્રાપ્ત થાય છે. યાજ્ઞવલ્ક્ય સ્મૃતિમાં ઉલ્લેખ છે કે,

કર્મ સ્માર્તવંવિબાહાગ્નૌ કુર્વીત પ્રત્યહં ગૃહી ।
દાયકાલહ્તે વાપિ શિરૌત વેતાનકાગ્નષિ ।।

દાયકાલ એટલે કે બે પુત્ર હોય ત્યારે ઘરમાં રહેલો અગ્નિ બન્નેમાં વિભક્ત કરી અનુષ્ઠાન કરવાનો પણ ઉલ્લેખ પ્રાપ્ત થાય છે. ઘણા ગૃહસ્થ વિવાહ સંસ્કાર સમયે પણ અગ્ન્યાધાન સંસ્કાર કરે છે. વિવાહ સંસ્કાર પૂર્ણ થયા બાદ દીવડો લઇને જવાનો રિવાજ આ સંસ્કારનું પ્રતીક છે.

લગ્નોમાં ભોજનનો બગાડ હંમેશા ચિંતાનો વિષય રહ્યો છે. લગ્ન સમારોહમાં ભોજનનો બગાડ અટકાવવો એ એક મોટું કામ છે. લગ્નની પાર્ટીઓમાં ભોજનનો બગાડ અટકાવવા માટે સામાજિક સંસ્થાઓ ઘણીવાર વિવિધ ઝુંબેશ ચલાવતી જોવા મળે છે, જે અંતર્ગત લગ્નમાંથી બચેલો ખોરાક ગરીબો અને અનાથોને વહેંચવામાં આવે છે.

તેમ છતાં, મોટાભાગના લગ્નોમાં, ખોરાકનો બગાડ થતો જોવા મળે છે કારણ કે લોકો તેમની થાળીમાં જરૂરિયાત કરતાં વધુ ખોરાક મૂકે છે, જે તેઓ ખાવા માટે અસમર્થ હોય છે અને અંતે તેમની પ્લેટ ખોરાકની સાથે ડસ્ટબીનમાં નાખે છે.

જો સૌથી નીચલો અંદાજ મૂકીએ તો એક લગ્ન પાછળ સરેરાશ ત્રણ લાખ રૂપિયાનો ખર્ચ થાય છે.

જો સામાન્ય ગુણાકાર કરીએ તો ભારતમાં દર વર્ષે લગ્નો પાછળ ત્રણ લાખ કરોડ રૂપિયા નો ખર્ચ થાય છે. આ ખર્ચામાં ૩૦થી ૪૦ ટકાનો ખર્ચ ભોજન વ્યવસ્થા માટે કરવામાં આવે છે.

દેશમાં ભોજનની વ્યવસ્થા કરનારા કેટરર્સની સંખ્યા ફદકે ને ભૂસકે વધી રહી છે. શહેરમાં જ નોંધાયેલા કેટરર્સ છે, જે તમારી કલ્પનાશક્તિથી વિશેષ મેન્યુ ઓફર કરે છે. માત્ર જૈન ભોજન તૈયાર કરવાની સ્પેશિયાલિટી ધરાવતાં કેટરર્સ

તમને ૬૦૦ કરતાં પણ વધુ આઈટમ પીરસી શકે છે.

તેમાં ૧૫ રાજસ્થાની ડશિ, ૨૦ દક્ષિણ ભારતીય ભોજન, ૨૨ ચાઈનિસ આઈટમ્સ, ૧૫ ક્રોન્ટનેન્ટલ ડિશિસ અને ૨૫ પ્રકારની મિકસકન ડિશિસનો સમાવેશ થાય છે.

ત્યારે જૈન સિવાયની ડિશિસમાં આઈટમ્સની સંખ્યા પણ કલ્પી શકો છો. એક ડશિ તમને રૂ.૧૦૦થી રૂ.૫૦૦૦ સુધીમાં પડે, અને ત્યાં જ ખાધ્યાન્નના બગાડનું મૂળ છુપાયેલું છે.

આવી ઉજવણીઓમાં લોકો અઢળક ભોજનનો બગાડ કરે છે, કારણ કે ત્યાં તેમની સામે અનેક વેરાઈટીઝ હોય છે અને દરેક આઈટમનો એક-એક ટુકડો ટેસ્ટ કરતાં હોય છે. અહીં લોકોના પેટમાં જતા ભોજનનું પ્રમાણ બગાડ થતા ભોજનની સામે બહુ નહીવત્ છે.

આવા મોટા પ્રમાણમાં થતાં બગાડની સામે, સમગ્ર વિશ્વમાં દર વર્ષે ૯૦ લાખ લોકો ભૂખમરા અને કુપોષણને કારણે મોતને ભેટે છે, જેમાંથી ૫૦ લાખ તો બાળકોની સંખ્યા છે.

૧૨૦ કરોડ લોકો ભૂખમરાનો સામનો કરે છે અને ૨૦૦થી ૩૫૦ કરોડ લોકો મહત્વના પોષકતત્વો વગરનો ખોરાક ખાવા મજબૂર છે, જેમાં વિટામિન્સ અને મિનરલ્સનો અભાવ હોય છે.

વિચિત્રતા તો એવી છે કે, પવિત્ર અગ્નિ દેવતાની હાજરીમાં બે જણા જન્મોજનમના બંધન બાંધી રહ્યા હોય, ત્યારે બીજી બાજુ ભવ્યાતભિવ્ય સમારંભમાં એટલું બધું ભોજન બગાડીને આપણે 'અન્ન દેવતા' નું અપમાન કરીએ છીએ.

દહેજપ્રથા સમાજમાં વ્યાપકપણે ફેલાઇ ગઇ છે- પછી તે ગરીબ માણસ હોય કે પૈસાદાર, શિક્ષિત હોય કે અભણ, લગ્ન પહેલાં અને લગ્ન પછી પણ દહેજની માગણી ચાલુ રહે છે. ઘણી વાર તો તે એટલી હદે વધી જાય છે કે સ્ત્રી મૃત્યુનો ભોગ બની જાય છે.

દહેજપ્રથાના દૂષણે સ્ત્રીઓનો સામાજિક દરજજો નીચો લાવવામાં મહત્વનો ભાગ ભજવ્યો છે. સ્ત્રી જો દહેજની માગણી ન સંતોષે તો તેને ક્યારેક માનસિક અને શારીરિક ત્રાસ આપવામાં આવે છે.

આ ત્રાસ ઘણી વાર એટલો અસહ્ય બની જાય છે કે સ્ત્રી આત્મહત્યા કરવા પ્રેરાય છે. દહેજના કારણે થતાં મૃત્યુના કિસ્સા દિવસે દિવસે વધતા જાય છે. પહેલાં સ્ત્રી પાસે સ્કૂટર, ફ્રીજ કે ટીવીની માગણી કરવામાં આવતી હતી.

હવે ઘર, પરદેશ જવા માટે ટિકિટો, મોટરગાડી અને દાગીનાની માગણી કરવામાં આવે છે. આ માગણીઓ ન સંતોષાતાં સ્ત્રીઓ પર મૃત્યુ સુધીનો

અત્યાચાર ગુજારવામાં આવે છે.

વધતા જતાં દહેજને કારણે થતાં મૃત્યુ માટે ભારતીય ફોજદારી ધારામાં દહેજ મૃત્યુની કલમ ૩૦૪બી તથા તેને અનુરૂપ ભારતીય પુરાવાના કાયદામાં કલમ ૧૧૩બીનો ઉમેરો કરવામાં આવ્યો છે.

આ કાયદાની જોગવાઇઓ અનુસાર જ્યારે કોઇ સ્ત્રીનું મૃત્યુ લગ્નના સાત વર્ષની અંદર સળગાવી મૂકીને અથવા શારીરિક ઇજાઓ પહોંચાડીને નીપજાવવામાં આવ્યું હોય.

અથવા અસામાન્ય સંજોગોમાં મૃત્યુ થયું હોય તથા મૃત્યુના તરત પહેલાં સ્ત્રીના પતિ અથવા પતિના કોઇ સગા દ્વારા દહેજની માગણી માટે અથવા તે સંબંધમાં સ્ત્રીને ક્રૂરતા કે ત્રાસનો ભોગ બનવામાં આવી હતી તેવું દર્શાવવામાં આવે તો આવું મૃત્યુ દહેજ મૃત્યુ કહેવાય.

તથા સ્ત્રીના પતિ કે સગાઓએ તેનું મૃત્યુ નિપજાવ્યું છે તેમ ગણાય છે. આવું દહેજ મૃત્યુ નિપજાવનાર સાત વર્ષથી આજીવન કેદ સુધીની શિક્ષાને પાત્ર બને છે.

આ કલમની જોગવાઇ જ્યારે કોઇ સ્ત્રીનું મોત નિપજાવવામાં આવ્યું હોય ત્યારે જ નહીં, પરંતુ જો મૃત્યુ અકુદરતી હોય અને એવો પુરાવો હોય કે સ્ત્રીને પહેલાં ત્રાસ આપવામાં આવ્યો હોય ત્યારે પણ લાગુ પડે છે.

અકુદરતી મૃત્યુ એટલે હત્યા, આત્મહત્યા કે અકસ્માત મૃત્યુ પણ હોઇ શકે અને સ્ત્રીને મૃત્યુ પહેલાં દહેજની માગણી માટે કે તે સંબંધમાં ત્રાસ આપવામાં આવતો હતો એવું પુરવાર થાય તો તે દહેજ મૃત્યુ ગણાય.

ત્રાસ અથવા ક્રૂરતા ક્યારે ગણાય તેની જોગવાઇ કલમ ૪૯૮(ક)માં કરેલ છે.

આ બધી વાતો તો થઇ દહેજના કારણે થતાં સ્ત્રીઓના મૃત્યુ વિશે. આ પ્રકારના મૃત્યુના આંકડા રોજબરોજ વધતાં જાય છે. દહેજના કારણે થતાં મૃત્યુના કેસમાં ફરિયાદો પોલીસ સુધી પહોંચતી જ નથી અને એને કારણે સમાજમાં આ કાયદાથી કોઇ શિક્ષા થશે એવો ડર રહ્યો નથી.

અગત્યની વાત એ છે કે ફરિયાદ કોણ કરે? અને મૃત્યુ પામેલ સ્ત્રી પર મૃત્યુ પહેલાં શારીરિક અને માનસિક ત્રાસ ગુજારવામાં આવ્યો હતો તે પુરાવો પોલીસ અથવા કોર્ટ સમક્ષ રજુ કરવામાં ઘણી મુશ્કેલીઓ ઊભી થાય છે.

પહેલાં તો આવા કેસની ફરિયાદ થયા બાદ પૂરતી તપાસ થતી નથી.

છતાં કેસ તપાસ પૂરી થયા બાદ આગળની કાર્યવાહી માટે અદાલતમાં જાય છે અને કેસના ભરાવાને લીધે કેસ તરત ચાલતો નથી અને સમય વીતી જાય છે.

આ સમયગાળામાં સાક્ષીઓ પર જાતજાતના દબાણ આવે છે અને કેસ કેમ વહેલો આટોપાઇ જાય તેની હિલચાલ થતી હોય છે.

આ વાત વિચાર માગી લે તેવી છે કેમ કે આ ગુનો લગ્નવ્યવસ્થામાં આચરેલ ગુનો છે. એમાં બે કુટુંબો જોડાયેલા છે. બાળકોનો પણ પ્રશ્ન હોય છે અને સામાજિક મુદ્દાઓ સંકળાયેલા હોય છે. કેસ ચાલે ત્યારે કુટુંબીજનો સગાવહાલા સામે પુરાવો આપતાં અચકાતાં હોય છે અને કેસને સમર્થન આપતાં નથી. આથી સજા થાય એવો પુરાવો કોર્ટ સમક્ષ આવતો નથી.

દહેજ મૃત્યુમાં મુખ્યત્વે ભૂમિકા પુરાવાની હોય છે જે પોલીસે એકત્રિત કરવાના હોય છે. અને ભોગ બનનાર સ્ત્રીના આસપાસમાં રહેતાં લોકો જેમ કે, પાડોશી, મા-બાપ, ભાઇ-બહેન અને મિત્રોએ પોલીસને આ ગુના અંગે માહિતી આપવાની હોય છે.

જો કે સમાજવ્યવસ્થા અને કુટુંબવ્યવસ્થામાં થતો આ ગુનો પુરવાર કરવો અશક્ય થઇ જાય છે. આ ગુના અંગેના કાયદા છે, પણ મુખ્યત્વે દહેજથી થતાં મૃત્યુ એ એક મોટો સામાજિક ગુનો છે.

દહેજને લીધે સ્ત્રીને એક સ્ત્રી તરીકે નહીં, પણ કમાવાના એક સાધન તરીકે જોવામાં આવે છે અને સાસરિયામાં સ્ત્રીઓ પોતાના માવતરથી લાવેલ દહેજ અનુસાર તેનો દરજજો નક્કી કરવામાં આવે છે ત્યારે એકલા કાયદાની વાત કરવી નિરર્થક છે.

માત્ર આર્થિક લાભ મેળવવા માટે સ્ત્રીનું મૃત્યુ નિપજાવવું એ ક્રૂરતાની પરાકાષ્ઠા છે અને આપણા દેશ સિવાય દુનિયાના કોઇ પણ દેશમાં દહેજ મૃત્યુ થતાં નથી.

આટલા કાયદા હોવા છતાં દહેજ મૃત્યુના કિસ્સા રોકી શકાયા નથી તે બતાવે છે કે સામાજિક જાગૃતિ વિના આ દૂષણ દૂર કરવું શક્ય નથી.

સમુહ લગ્ન એટલે એક જ સમયે અને એક જ સ્થળે એક કરતાં વધુ યુગલનાં લગ્ન નુ સામુહીક આયોજન કરવુ. આજના મશીન યુગમાં લગ્ન પ્રસંગ ઘણો ખર્ચાળ બને છે અને ખોટી દેખાદેખી પાછળ આર્થીક ભીસ વધતી જાય છે.

દિવસે ને દિવસે મોંઘવારી પણ વધતી જાય છે, તેથી આ સમયમાં સમુહ લગ્ન એ આશિર્વાદ સમાન હોય છે. સમુહ લગ્નનો દરેક સમાજે સ્વીકાર કર્યો છે તેમ જ દરેક સમાજ દર વર્ષે તેનું આયોજન કરે છે.સમુહ લગ્ન ના લીધે માણસો ના સમય અને ખર્ચ મા બચત થાય છે.

ભારતીય સમાજમાં ધામધૂમથી લગ્ન કરવાની પ્રથા હંમેશાંથી ચાલી આવે છે. ગજા બહાર ખર્ચ કરીને પણ લોકો વિવાહ પ્રસંગે ધામધૂમ કરવાનું નથી ચૂકતાં. જોકે કોરોના કાળ પછી લોકો સાદગીપૂર્વક લગ્નનું આયોજન કરતાં

શીખી ગયાં છે.

ભલે નાછૂટકે, પણ અગાઉની તુલનામાં લગ્ન સમારંભોના ખર્ચમાં ખાસ્સો તફાવત જોવા મળી રહ્યો છે.

વળી સેલિબ્રિટીઓ પણ આ બાબતે દાખલા બેસાડી રહી હોવાથી સામાન્ય લોકોના મગજમાં એ વાત ધીમે ધીમે ઘર કરી રહી છે કે લગ્ન શી રીતે કરવા તેના કરતાં સંસાર શી રીતે ચલાવવો એ વધુ મહત્વનું છે.

મહત્વની વાત એ છે કે ઘણાં લોકો આમ વિચારીને કોર્ટ મેરેજ તરફ પણ વળવા લાગ્યાં છે. જ્યારે કેટલાંક કેસમાં પરિવારજનો રાજી ન હોય અને પ્રેમી યુગલને ચૂપચાપ લગ્ન કરવાની નોબત આવે તો તેઓ કોર્ટ મેરેજ કરવાનું પસંદ કરે છે.

સૌથી પહેલા એ જાણવું જરૂરી છે કે કોર્ટ મેરેજ શું છે? કોર્ટ મેરેજ એટલે પરંપરાગત લગ્ન વિધિ કે ધામધૂમથી તદ્દન વિપરિત જે તે યુગલે કોર્ટના અધિકારી સમક્ષ વિવાહના બંધનમાં બંધાવાનું હોય છે.

બધા કોર્ટ મેરેજ સ્પેશ્ય મેરેજ એક્ટ હેઠળ કરાવવામાં આવે છે.તેમાં વિવાહની ઉંમરને લોયક કોઇપણ જાતિ,ધર્મ કે સંપ્રદાયના યુવક-યુવતી એકમેકને પરણી શકે છે.જોકે તેમને લગ્ન માટે રજિસ્ટ્રાર સમક્ષ આવેદન આપવાનું રહે છે.

તદ્ઉપરાંત કોર્ટ મેરેજ કરવા ઇચ્છતા યુગલે કેટલીક જરૂરી શરતોનું પાલન પણ કરવું પડે છે.

આ શરતો વિશે જાણકારી આપતાં નિષ્ણાતો કહે છે કે લગ્ન કરવા ઇચ્છતા યુવક-યુવતી અપરિણીત હોવા જોઇએ.હા, જો તેમનામાંથી કોઇના છૂટાછેડા થઇ ગયા હોય કે તેમના જીવનસાથીનું નિધન થયું હોય તો તેમણે સંબંધિત દસ્તાવેજો બતાવવાના રહે છે.

જો છૂટાછેડા થયાં હોય તો તેને લગતાં દસ્તાવેજો અને જો કોઇના જીવનસાથીનું મૃત્યુ થઈ ગયું હોય તો તેના મૃત્યુનું પ્રમાણપત્ર રજૂ કરવાનું રહે છે.

લગ્નના બંધનમાં બંધાવા ઇચ્છતા યુવક-યુવતી,બંને આ વિવાહ માટે સંમત હોય તે પણ જરૂરી છે. કહેવાનો અર્થ એ છે કે તેમણે સ્વેચ્છાએ આ પ્રક્રિયામાં સામેલ થવાનું હોય છે.

લગ્નોત્સુક કન્યાની વય ઓછામાં ઓછી ૧૮ વર્ષ અને યુવકની ૨૧ વર્ષ હોવી જોઇએ.

કોર્ટ મેરેજમાં એક જ પરિવારના યુવક -યુવતીને પરણવાની છૂટ આપવામાં નથી આવી. જેમ કે ભાઇ-બહેન, ફોઇ-ભત્રીજો ઇત્યાદિ.

જોકે કોઈ એક પક્ષના ધર્મમાં જો આ પ્રકારના વિવાહ માન્ય ગણવામાં આવતાં હોય તો તેમને કોર્ટ મેરેજ કરવાની પરવાનગી આપવામાં આવે છે.

વર-વધૂ સંતાનોત્પતિ માટે સક્ષમ અને માનસિક રીતે સ્થિર હોય તે પણ આવશ્યક છે.

કોર્ટ મેરેજની પ્રક્રિયાની વાત કરીએ તો તેમાં રજિસ્ટ્રારને લેખિત નોટિસ આપવાની રહે છે.

અહીં એ વાત પણ ધ્યાનમાં રાખવી જરૂરી છે કે યુવક-યુવતી જે જિલ્લામાં લગ્ન કરવા માગતા હોય ત્યાં બંનેમાંથી કોઇ એક સૂચનાની તારીખથી ૩૦ દિવસથી વધુ ત્યાં રહ્યાં હોવા જોઇએ.

જે તે રજિસ્ટ્રાર આ નોટિસની એક કોપી પોતાની ઓફિસના નોટિસ બોર્ડ પર લગાવે છે.

જો કોઇને આ લગ્ન સામે વિરોધ હોય તો તે ૩૦ દિવસની અંદર પોતાનો વિરોધ રજિસ્ટ્રાર સમક્ષ નોંધાવી શકે છે.

જો રજિસ્ટ્રારને એમ લાગે કે સંબંધિત વ્યક્તિનો વિરોધ યોગ્ય છે તો તે લગ્ન રદ કરી શકે છે. પરંતુ જો કોઇએ વિરોધ ન નોંધાવ્યો હોય તો લગ્નની નોંધણી કરાવવામાં આવે છે.

લગ્નોત્સુક યુવક કે યુવતીમાંથી કોઇના પણ પરિવારજનો તેમના વિવાહ સામે વિરોધ નોંધાવે અને રજિસ્ટ્રાર તેમના વિરોધનો સ્વીકાર કરે તો સંબંધિત છોકરો કે છોકરી જિલ્લા અદાલતમાં અપીલ કરી શકે છે. શરત માત્ર એટલી કે તેમણે આ અપીલ વિરોધ સ્વીકારવામાં આવ્યાના ૩૦ દિવસની અંદર કરવાની રહે છે.

કોર્ટ મેરેજથી પહેલા વર-કન્યાને અને તેના સાક્ષીઓને રજિસ્ટ્રાર સમક્ષ એક સોગંધનામા પર સહી કરવાની હોય છે જેમાં એમ લખેલું હોય છે કે તેઓ આ લગ્ન કોઇપણ પ્રકારના દબાણ વિના તેમની મરજીથી કરી રહ્યાં છે.

કોર્ટ મેરેજ રજિસ્ટ્રારની કચેરી કે તેની નિકટના અન્ય કોઇ સ્થળે પણ કરી શકાય છે. તેને માટે નિર્ધારિત ફી ચૂકવવાની રહે છે.

લગ્ન સંપન્ન થઇ ગયા પછી રજિસ્ટ્રાર મેરેજ સર્ટિફિકેટ આપે છે.

કોર્ટ મેરેજ માટે કયા કયા દસ્તાવેજોની આવશ્યકતા રહે છે તેના વિશે નિષ્ણાતો કહે છે કે સંપૂર્ણપણે ભરેલું અરજીપત્રક અને તેને માટે ચૂકવવામાં આવેલી ફીની રસીદ,નિવાસસ્થાનનું ઓળખ પત્ર, યુવક-યુવતીની ઉંમરના પ્રમાણ પત્ર તરીકે બર્થ સર્ટિફિકેટ કે પછી દસમા ધોરણની માર્કશીટ,વર-વધૂ બંનેમાંથી કોઇનો અન્ય કોઇની સાથે અનધિકૃત સંબંધ નથી તેનું સોગંધનામું,

તેઓ અપરિણીત છે, વિધવા-વિધુર છે કે છૂટાછેડા લીધા છે જેવી માહિતી આપતું સોગંધનામું, છૂટાછેડા લીધાં હોય તો તેનો કોર્ટ ઓર્ડર, વિધવા કે વિધુર હોય તો અગાઉના જીવનસાથીના મૃત્યુનું પ્રમાણપત્ર, વર-કન્યા બંનેના અધિકૃત રીતે એટેસ્ટ કરેલા બબ્બે ફોટા, ત્રણે સાક્ષીઓના પેનકાર્ડ અને ફોટા ઉપરાંત ઓળખ માટે આધારકાર્ડ કે ડ્રાઇવિંગ લાઇસન્સ.

જો લગ્નોત્સુક છોકરો-છોકરી વિદેશી નાગરિક હોય તો પાસપોર્ટ-વિઝાની કોપી, સંબંધિત દૂતાવાસનું એનઓસી અથવા વિવાહિત સ્થિતિનું પ્રમાણપત્ર, બંને પક્ષમાંથી એકને ૩૦ કે તેનાથી વધુ દિવસ સુધી ભારતમાં રહેવા સંબંધી દસ્તાવેજો આપવાના રહે છે.

કોર્ટ મેરેજ બાબતે અન્ય કેટલીક બાબતો જાણવી પણ અત્યાવશ્યક છે. જેમ કે આજની તારીખમાં ભલે બધું ઓનલાઇન થતુ હોય પણ લગ્ન માટે ઓનલાઇન રજિસ્ટ્રેશન નથી થતું. તેને માટે મેરેજ ઓફિસર સમક્ષ પ્રત્યક્ષ ઉપસ્થિત થવું પડે છે.

આ ઉપસ્થિતિમાં લગ્નોત્સુક વર-કન્યા ઉપરાંત ત્રણ સાક્ષીઓનો સમાવેશ પણ થાય છે.

જો છોકરીની વય ૧૮ કે તેનાથી વધુ હોય અને છોકરાની ૨૧ કે તેથી વધુ હોય, તેમણે કોર્ટ મેરેજને લગતાં સઘળા નિયમોનું પાલન કર્યું હોય તો તેમના માતાપિતાની સંમતિ ફરજિયાત નથી રહેતી.

એક વખત લગ્ન માટે નોટિસ આપી દેવામાં આવે ત્યાર પછી જો સંજોગવશાત્ ત્રણ મહિનાની અંદર લગ્ન કરી લેવામાં ન આવે તો જે તે યુગલે લગ્ન માટે ફરીથી નોટિસ આપવાની રહે છે.

આમ ટૂંકમાં લગ્નની એક વ્યાખ્યા કંઈક આવી છે : 'લગ્ન, વિવાહ અથવા તો લગ્નગ્રંથિ એક સામાજિક અથવા તો ધાર્મિક રીતે સ્વિકારવામાં આવેલું વિધિ-વિધાન છે.

અથવા તો પતિ-પત્ની વચ્ચે તેમનાં અધિકાર અને ફરજો, તેમનાં અને તેમનાં બાળકો વચ્ચેનો અને તેમનાં તથા તેમનાં કુટુંબિજનો વચ્ચેનો એક કાયદેસરનો કોન્ટ્રાક્ટ છે.

વિવિધ સંસ્કૃતિ પ્રમાણે લગ્નની વ્યાખ્યા બદલાતી રહે છે, પરંતુ તેનો મુખ્ય હેતુ તે બે વ્યક્તિઓ વચ્ચેનાં જાતિય સંબંધને સ્વિકૃતિ આપતી એક સંસ્થાનો છે.'

પ્રાચિન સંસ્કૃતિમાં લગ્ન એ બે પરિવારોનાં એક-બીજા સાથે વ્યુહાત્મક રીતે જોડાવાનું કારણ હતું, જેમાં સલામતી, સમૃદ્ધિ અને ભવિષ્યની આર્થિક પ્રગતિનો મુખ્ય આશય રહેતો હતો.

પૌરાણિક સમયમાં પતિ અને પત્ની માત્ર ગાડાનાં પૈડાં કે ચેસના પ્યાદા રહેતા હતા.

સ્ટીફન કોન્ટ્ઝ તેમના પુસ્તક 'મેરેજ, એ હિસ્ટ્રી, હાઉ લવ કોન્કર્સ મેરેજ'માં લગ્ન અંગે જણાવે છે કે, 'તેમાં બે પરિવાર વચ્ચે સંબંધ બંધાય છે, ગઠબંધન કરવામાં આવે છે અને પરિવારમાં કામગારોની સંખ્યા વધારવામાં આવે છે'.

પરિવારો વચ્ચેના આ ગઠબંધનમાં કેટલીક ભૂમિકાઓની અપેક્ષા રાખવામાં આવે છે, સલામતી અને સેવાની, ઘરકામમાં મદદ કરવી અને હંમેશાં ઉપલબ્ધ રહેવાની ફરજ પાડવામાં આવતી હોય છે.

પિતૃપ્રધાન સમાજમાં સામાન્યપણે જોવામાં આવે છે કે, જાતિ પ્રમાણે ભૂમિકા નક્કી થઈ જાય છે. પત્નીએ હંમેશાં પરિવારને ટેકો આપવાનો અને પોતાની જાતને શારીરિક ભૂખ સંતોષવા માટે હંમેશાં તૈયાર રાખવાની હોય છે.

બાળકો પેદા કરવા અને તેમનો ઉછેર કરવો, ઘરની જવાબદારી સંભાળવી, ઘરની ચાર દિવાલમાં જ કેદ રહેવું તેની ફરજ હોય છે. તેના પોતાના કોઈ અધિકાર હોતા નથી.

ભારત અને બીજા કેટલાક દેશોમાં કુટુંબમાં અંદર-અદર જ લગ્ન કરવાની પ્રથા સામાન્ય છે, તેનો સંપત્તિ ઘરમાં જ રહે તેવો છે. આ બાબત દક્ષિણ ભારતમાં આજે પણ વધુ પ્રચલિત છે.

બહુપત્નિત્વ પ્રથા પણ હજુ ઘણી જગ્યાએ અમલમાં છે, જેમાં પુરુષ એકથી વધુ પત્નીઓ રાખે છે જેનો હેતુ વધુને વધુ બાળકો પેદા કરવાનો હોય છે.

અસંખ્ય મહિલાઓ આર્થિક રીતે સ્વતંત્ર બની છે અને તે પોતાના પગભર બની છે, તથા ઘરખર્ચ ઉપાડવા માટે સક્ષમ બની છે. આથી પતિની એક સલામતિનું કવચ પૂરું પાડવાની ભૂમિકા સમાપ્ત થઈ ગઈ છે.

સમાજ પણ લગ્ન કરવા માગતી ન હોય અને એકલી રહેવા માગતી હોય એવી મહિલાને ધીમે-ધીમે સ્વીકારવા લાગ્યો છે. આર્થિક રીતે સ્વતંત્ર મહિલા જ્યારે લગ્ન કરે છે ત્યારે પતિ અને પત્નીની ભૂમિકા બદલાઈ જાય છે. એ ઘરના કામમાં પતિને પણ ભાગીદાર બનાવે છે.

સંદર્ભ :ઈન્ટરનેટ અને વિકિપીડિયા અને વિવિધ અખબારી અહેવાલ , બ્લોગ વિવિધ વેબ સાઈટ